पत्रकारितेची मूलतत्त्वे

लेखक

प्रभाकर पाध्ये

अनुवाद

प्र. ना. परांजपे

वसुधा परांजपे

मेहता पब्लिशिंग हाऊस

Please contact us at **Mehta Publishing House Pvt. Ltd.,** Pune 411030.
✆ +91 020-24476924 / 24460313 / Mob. No. 9545000513
Email : production@mehtapublishinghouse.com
Website : www.mehtapublishinghouse.com

- *या पुस्तकातील लेखकाची मते, घटना, वर्णने ही त्या लेखकाची असून त्याच्याशी प्रकाशक सहमत असतीलच असे नाही.*

THE PRINCIPLE OF JOURNALISM by PRABHAKAR PADHYE

Translated into Marathi Language by P. N. Paranjape and Vasudha Pranjape

पत्रकारितेची मूलतत्त्वे / मार्गदर्शनपर

अनुवाद : प्र. ना. परांजपे, वसुधा परांजपे

Email : author@mehtapublishinghouse.com

मराठी अनुवादाचे व प्रकाशनाचे हक्क : मेहता पब्लिशिंग हाऊस प्रा. लि., पुणे ३०.

संस्थापक : सुनील अनिल मेहता

प्रकाशक : मेहता पब्लिशिंग हाऊस प्रा. लि.,
१९४१, सदाशिव पेठ, माडीवाले कॉलनी, पुणे – ४११०३०.

मुद्रक : पार्कसन्स ग्राफिक्स

मुखपृष्ठ : बाबू उडुपी

प्रकाशनकाल : २ एप्रिल, १९९१ / जानेवारी, २००१ / जुलै, २००७ / मार्च, २०१४ / पुनर्मुद्रण : जुलै, २०२३

किंमत : ₹ १८०

P Book ISBN 9788177661071
E Book ISBN 9789353170905
E Books available on : amazonkindle Apple Books Google Play Books

---

प्रस्तावना

प्रारंभी माझे मित्र प्रभाकर पाध्ये यांच्याबद्दल काही सांगितले पाहिजे.

१९४५ ते ५० च्या दरम्यान कधीतरी आमची ओळख झाली आणि नंतरच्या वर्षांत तिचे मैत्रीत रूपांतर झाले. त्या वेळी आम्ही दोघेही फ्री प्रेस वृत्तपत्र-समूहात काम करत होतो. त्या समूहात फ्री प्रेस जर्नल, फ्री प्रेस बुलेटिन, भारत ज्योति, नवशक्ति आणि जनशक्ति (गुजराती) यांचा समावेश होता. फ्री प्रेस जर्नलमध्ये बातमीदार म्हणून लागल्यानंतर लौकरच फ्री प्रेस बुलेटिन या सायंदैनिकाच्या संपादकाचा हुद्दा मला देण्यात आला. त्यानंतर काही काळाने भारत ज्योति या रविवारी प्रसिद्ध होणाऱ्या वृत्तपत्राच्या संपादकाचे– तो हुद्दा नसला, तरी– मी काम पाहू लागलो. पुढे फ्री प्रेस जर्नलचे मालक संपादक श्री. एस्. सदानंद यांनी त्या सर्व वृत्तपत्रांतील आपले समभाग विकले, त्यापूर्वी दोन वर्षे मी फ्री प्रेस जर्नलची संपादकीयेही लिहीत असे. त्यामुळे त्या वेळी 'नवशक्ति'चे प्रतिभाशाली आणि दर्जेदार संपादन करणाऱ्या प्रभाकर पाध्यांशी माझा घनिष्ठ संबंध येणे अपरिहार्य होते.

नवशक्तिच्या संपादकीय धोरणामध्ये श्री. सदानंद सहसा ढवळाढवळ करीत नसत; आणि जेव्हा शेवटी त्यांनी ती केली, त्या वेळी पाध्यांचे आणि त्यांचे मार्ग भिन्न झाले. ताज्या घडामोडींविषयी मी आणि पाध्ये खूपदा चर्चा करीत असू. ते माझ्यापेक्षा बऱ्याच वर्षांनी ज्येष्ठ होते, पण माझ्याशी ते नेहमी विनयाने आणि सौजन्याने वागत. विशिष्ट प्रश्नावर आमचे तीव्र मतभेद झाले, तरी आमची मैत्री अभंग राहिली. ते भाषावर प्रांतरचनेचे आणि संयुक्त महाराष्ट्राचे आग्रही समर्थन करीत. तर मी भाषिक राज्यांचा तितकाच कट्टर विरोधक होतो, कारण भाषिक राज्ये तत्त्वतः राष्ट्रविरोधी ठरतील, असे मला वाटे. मुंबई महाराष्ट्रातच राहिली पाहिजे, असा त्यांचा आग्रह होता. तर मुंबईचे स्वतंत्र नगरराज्य करावे, असे माझे मत होते. त्यामुळे अनेकदा आमच्या भूमिकांत टोकाचा विरोध असे. परंतु पाध्यांचे सौजन्य आणि औदार्य असे, की त्यांनी माझा विरोधही सहजपणे समजावून घेतला.

स्वत: श्री. सदानंद यांना पाध्यांबद्दल फार आदर होता. इंडियन नॅशनल प्रेसचे महाव्यवस्थापक श्री. दिगंबर एन्. नाडकर्णीही पाध्यांच्या संपादकीयांच्या वाङ्मयीन शैलीचीच नव्हे, तर त्यातील राजकीय आशयाचीही नेहमी स्तुती करत. पाध्यांच्या वाचकांना पाध्यांबद्दल खूप आदर वाटत असे, हे नक्की.

त्यामुळे श्री. सदानंद आणि पाध्ये यांच्यांत मतभेद आहेत आणि त्यांची परिणती पाध्यांच्या राजीनाम्यात झाली आहे, हे ज्या दिवशी कळले, त्या दिवशी मला खूप वाईट वाटले. त्या वेळी मुंबईतील एका राजकीय गटाशी पाध्यांचा घनिष्ठ संबंध होता; याउलट, श्री. सदानंद यांना तो गट मुळीच आवडत नसे. त्याचाच परिणाम म्हणून पाध्यांनी आमचा निरोप घेतला.

अर्थात त्यामुळे माझ्या मनातील पाध्यांबद्दल आदर आणि स्नेहभाव कमी झाला नाही. पुढे अनेक वर्षे आधी न ठरवताही मी त्यांना भेटत असे आणि जुन्या घटनांची आम्ही अलिप्तपणे उजळणी करीत असू. नाहीतरी वार्धक्याकडे झुकणाऱ्या संपादकांवर काळ काहीशी अभ्यस्त अलिप्तता लादतच असतो. पुढे विद्यापीठाच्या वृत्तपत्र-विद्या विभागात काही व्याख्याने देण्यासाठी मला बोलावण्यात आले होते, त्या वेळी झालेली आमची भेट शेवटची ठरली. पाध्येही त्या विभागात अभ्यागत प्राध्यापक या नात्याने व्याख्याने देत असत, असे मला वाटते. माझ्या दोन व्याख्यानांना ते अध्यक्ष होते आणि नंतर त्यांनी मला भोजनासाठी घरी बोलावले होते. त्याही वेळी आम्ही जुन्या आठवणींना उजाळा दिला होता.

पत्रकारितेविषयी पुस्तक लिहिण्याचा आपण बेत करीत आहोत, असे त्या वेळी त्यांनी मला सांगितले, आणि सुरुवातीची काही प्रकरणे वाचणार का, असे विचारले. त्यांची विनंती अमान्य करणे मला शक्यच नव्हते. दुर्दैवाने त्यानंतर अल्पावधीतच त्यांचे निधन झाले आणि त्यांच्या पुस्तकासंबंधी त्यांच्याशी चर्चा करण्याची संधी मला मिळाली नाही.

पत्रकारितेच्या बाबतीत पाध्यांची विचारसरणी कर्मठ होती. प्रसिद्ध पत्रकार एस्. नटराजन, स्टॅलिन श्रीनिवासन, स्वत: श्री. एस्. सदानंद, सईद अब्दुल्ला ब्रेलवी आणि इतर अनेक पत्रकार यांचीही विचारसरणी कर्मठच होती. पाध्ये कल्पना आणि संकल्पनांच्याच विश्वात जगत असत. वास्तविक सिद्धान्त-रचना करण्यात त्यांचा हात कोणी धरू शकत नसे. समाजवादाचे विद्वत्तापूर्ण विवेचन ते उत्साहाने दीर्घकाळ करू शकत. साम्यवादाबद्दल त्यांना प्रामाणिक आणि सखोल घृणा होती, आणि ती ते नि:संदिग्धपणे जाहीर करीत. लोकशाही आणि मुक्त अर्थव्यवस्थेवर

त्यांची गाढ, प्रखर आणि निर्भय श्रद्धा होती. सत्तेत असणाऱ्या माणसांचे त्यांच्यावर अजिबात दडपण येत नसे. आपल्याच तत्त्वज्ञानाच्या तालावर त्यांचे कूच चालू असे. स्वातंत्र्य आणि लोकशाही या तत्त्वांशी बांधिलकी असल्यामुळे पत्रकारितेबद्दलच्या त्यांच्या लेखनात त्या तत्त्वांची चर्चा येणे अपरिहार्य असे. या पुस्तकातील पानांकडे सहज दृष्टिक्षेप टाकला, तरी असे दिसेल, की त्यांची रुची माहितीचे संकलन आणि वितरण यांच्या सीमा ओलांडून पलीकडे जाई. लोकशाही राज्यव्यवस्था आणि मुक्त पत्रकारितेची प्रगती या गोष्टी परस्परावलंबी आहेत, याची त्यांना तीव्र जाणीव होती.

'मुक्त पत्रकारिता' म्हणजे तरी काय? लेखकांच्या सभेत बोलताना पंडित नेहरूंनी काढलेले उद्‌गार पाध्यांनी उद्‌धृत केले आहेत,

'आम्ही सत्ताधारी माणसे आमच्या कार्यक्रमांची आखणी आणि अंमलबजावणी यांत इतके गुंतलेलो असतो, की त्यांच्यांतील दोष आम्हांला अनेकदा दिसतच नाहीत. त्यामुळे आम्ही जे काही करतो, त्याचे परीक्षण करण्याची आणि त्यातील दोष दाखवून देण्याची जबाबदारी, लेखकहो, तुमच्यावर आहे.'

म्हणून, पाध्ये म्हणतात,

'लोकशाही स्वातंत्र्ये म्हणजे प्रत्यक्षात योजना आणि धोरणे निवडण्याचे आणि त्यांच्या अंमलबजावणीसाठी माणसे निवडण्याचे स्वातंत्र्य ठरते. याचाच अर्थ, आपले शासनकर्ते निवडण्याचे ते स्वातंत्र्य आहे.'

मग यात पत्रकारितेचा संबंध कुठे येतो? तिची वास्तविक भूमिका काय असावी? पाध्ये म्हणतात,

'लोकशाही स्वातंत्र्याचे संरक्षण आणि प्रगती यांसाठी प्रयत्न करणे, हे आपले सर्वाधिक नैसर्गिक आणि आद्य कर्तव्य आहे, हे वृत्तपत्रांनी सर्वप्रथम ओळखले पाहिजे. याचे सोपे कारण असे, की फक्त लोकशाहीतच वृत्तपत्र हे वृत्तपत्र असते. हुकुमशाहीमध्ये वृत्तपत्र हे वृत्तपत्र नसते, तर मतपत्र असते. खरे म्हणजे, शासनाचे ते प्रसिद्धिपत्रकच असते.'

या ठिकाणी स्वातंत्र्य आणि लोकशाहीसाठी माध्यमांमधून लढणारा लढवय्या तीव्रतेने प्रत्ययास येतो. आपल्या वाचकांना प्रचारापासून सावध राहण्याचा इशारा ते देतात.

'आपण म्हणतो, तेच एकमेव सत्य आहे, असा प्रचारकांचा आग्रह असतो. तर सत्य ही एक विशाल, जवळजवळ विश्वाच्या बरोबरीची व विश्वाबरोबरच संपणारी गोष्ट आहे, आणि तिच्या शोधात सहभागी होणे, हे आपणां सर्वांचे कर्तव्य

आहे, याची जाणीव शिक्षणतज्ज्ञांना असते.'

सत्याच्या शोधकाने संशयवादी असले पाहिजे, नेहमी प्रश्न उपस्थित केले पाहिजेत आणि कोणतीही गोष्ट गृहीत धरून उपयोगी नाही. पण आपल्याला अभिप्रेत असलेल्या सत्याबद्दल संशय बाळगणाऱ्याला आपल्या सत्याचा प्रसार तरी कसा करता येईल? याचा सहजपणे खुलासा करताना पाध्ये म्हणतात :

'अर्थातच असे करता येईल; फक्त आपल्या सत्याबद्दल प्रत्येकाने थोडे विनयशील, किंवा अगदी संशयीही, असले पाहिजे!' पाध्यांचे शब्द असे आहेत :

'आपली स्वत:ची किंवा आपल्या पत्राची जाहीर मते ही अंतिम सत्ये आहेत, असे न मानण्याने वृत्तपत्राचा किंवा नियतकालिकाचा संपादक हे तत्त्व व्यवहारात आणू शकेल. आपल्या स्वत:च्या किंवा आपल्या वृत्तपत्राच्या भूमिकेशी सरळसरळ विरोधी असलेल्या प्रतिक्रियांनाही प्रसिद्धी देऊन तो आपल्या मतांचे सातत्याने परीक्षण करू शकेल. आपल्या विधानांच्या सत्याबद्दल शंका उपस्थित करणारे लेख व पत्रे छापण्यास संपादकाने विशेष उत्सुक असले पाहिजे. एखाद्या वृत्तपत्राची गुणवत्ता ठरवताना केवळ त्यातील बातम्यांचे संपादन आणि संपादकीय स्तंभांचा दर्जाच नव्हे, तर त्यातील वाचकपत्रांच्या स्तंभांतील जोम आणि वैविध्यही ध्यानात घेतले पाहिजे. अशा रीतीने वृत्तपत्र हे शिक्षणाचे साधन बनू शकेल.'

या ठिकाणी थोडे विषयांतर करून मला पाध्यांमधील संपादकाला दाद द्यावीशी वाटते. ज्या तत्त्वांचा त्यांनी पुरस्कार केला, ती त्यांनी आचरणात आणली. आपल्या वाचकांचे दृष्टिकोन समजावून घेण्यासाठी ते त्यांना नेहमी प्रत्यक्ष भेटत. संपादक आणि वाचक यांच्या गाठीभेटीतून निर्माण होणारा सुसंवाद हेच पत्रकारितेचे मूलद्रव्य होय.

या पुस्तकातील दोन प्रकरणांची विशेष नोंद घेतली पाहिजे. पाध्यांनी निवडलेल्या व्यवसायाबद्दलची त्यांची भूमिका त्यांमधून व्यक्त होते. त्यातील एक पत्रकारितेच्या नीतिशास्त्राबद्दल आहे, तर दुसऱ्यात साहित्य आणि पत्रकारितेच्या संबंधांची चर्चा आहे. पाध्यांना या दोन्ही विषयांबद्दल आच होती. पत्रकारितेचे नीतिशास्त्र हा चांगल्या पत्रकारितेचा खरा आणि एकमेव पाया आहे, असे त्यांना वाटे, आणि महान पत्रकारितेचा टिकाऊ आणि अर्थपूर्ण घटक म्हणजे साहित्य आहे, अशी त्यांची धारणा होती. पत्रकारितेचे वर्णन 'तात्काळ इतिहास' असे बऱ्याच वेळा, पण 'तात्काळ साहित्य' असे क्वचितच, केले गेले आहे. पत्रकारितेला साहित्य म्हणून कधी मान्यता मिळेल का? साहित्याइतका उच्च दर्जा पत्रकारितेला प्राप्त करून घेता

येईल का? पाध्ये म्हणतात, की पत्रकारितेचा संबंध सर्वसामान्य अनुभवाशी येतो, तर साहित्य त्याच्या सीमा ओलांडून पलीकडे जाते. त्यांचे शब्द असे आहेत,

'साहित्यात व्यक्त होणारा अनुभव सर्वसामान्य अनुभवापेक्षा भिन्न असतो.'

हा फरक फार कृत्रिम आहे आणि त्याची गंभीरपणाने दखल घेता घेणार नाही, असे कुणाला वाटणे शक्य आहे. तरीही आपला मुद्दा सिद्ध करण्यासाठी पाध्यांनी जे परिश्रम घेतले आहेत, त्यांची नोंद घेतली पाहिजे.

'अगदी पुरातन काळापासून आधुनिक काळापर्यंतच्या वाङ्मयाचा वरवरचा आढावा घेतला, तरी असे दिसेल, की त्याच त्याच विषयांकडे पुन: पुन्हा वळण्याची साहित्याची प्रवृत्ती असते. प्रीती, निसर्ग, मानवाची नियती, जीवनाचे गूढ, मानवी दया, मैत्री, विश्वासघात, साहस हे विषय साहित्यात वारंवार येतात, असे आढळते. प्रेम, मत्सर, महत्त्वाकांक्षा, मन:शांती यांसारख्या भावनाही वारंवार येतात. थोडा विचार केला, तर असे लक्षात येईल, की निसर्ग, इतर लोक आणि आपण स्वत: यांच्याशी असलेल्या आपल्या संबंधांवर याच विषयांसंबंधीच्या आपल्या चिंता खोल परिणाम करीत असतात. त्यामुळेच साहित्याला विश्वात्मकता प्राप्त होते; वृत्तपत्रातील बातमीला ती क्वचितच लाभते. पाध्ये, 'क्वचितच लाभते' असे म्हणतात; 'कधीच लाभत नाही', असे म्हणत नाहीत, याबद्दल परमेश्वराचे आभारच मानले पाहिजेत. एखाद्या बातमीत वृत्तपत्र भर घालू शकते, ती फक्त शैलीची, ही गोष्ट ते मान्य करतात. मात्र, दुर्दैवाने, पाध्ये या विषयाची फार खोलात जाऊन चर्चा करत नाहीत.

पत्रकारितेसंबंधीचे हे पुस्तक अनेक बाबतींत वेगळे आहे. त्यांच्यांतील पत्रकारितेची चर्चा बऱ्याच वेळा अमूर्त पातळीवरील आहे. पण नेमक्या त्याच कारणामुळे ते महत्त्वाचे ठरते. पाध्ये तत्त्वज्ञ-पत्रकार होते, याचा प्रत्यय त्यातून येतो. ही भूमिका त्यांना सर्वांत जास्त आवडे, कारण ते तत्त्वत: तसे होते. त्याच्या पानोपानी आपल्याला सुज्ञपणाचे दर्शन होते, कारण आपल्या मूल्यांचे सतत परीक्षण करणाऱ्या मनाची ती निर्मिती आहे. पाध्ये अखेरपर्यंत स्वत:ला प्रश्न विचारीत राहिले, कारण 'परीक्षण न केलेले जीवन जगण्याच्या लायकीचे नसते', या सॉक्रेटिसच्या वचनावर त्यांचा विश्वास होता. अस्सल पत्रकाराला अभिमान वाटावा, असेच आयुष्य पाध्ये जगले.

माधव विठ्ठल कामत

प्रास्ताविक

पुणे विद्यापीठाच्या वृत्तपत्र-विद्या विभागाशी प्रभाकर पाध्ये यांचा संबंध १९७५ पासून होता. पत्रकारितेची मूलतत्त्वे आणि चालू घडामोडी यांवर अभ्यागत प्राध्यापक या नात्याने ते व्याख्याने देत. माझा आणि त्यांचा परिचय त्यापूर्वीपासून होता. साहित्य आणि सौंदर्यशास्त्र यांमध्ये दोघांनाही वाटणाऱ्या रुचीमुळे ते अपरिहार्य होते. मौज प्रकाशनातर्फे प्रसिद्ध झालेल्या 'मर्ढेकरांची सौंदर्यमीमांसा' या त्यांच्या ग्रंथाची सूची माझी पत्नी वसुधा हिने तयार केली होती. 'पत्रकारितेची मूलतत्त्वे' या विषयावर पाध्यांनी पुस्तक लिहिले आहे, हेही मला माहीत होते.

पाध्यांच्या मृत्यूनंतर विभागामध्ये त्यांची स्मृती निरंतर राहावी, यासाठी काय करता येईल, याचा विचार करण्यासाठी १९८४ मध्ये एक बैठक घेण्यात आली. त्या वेळी त्यांच्या पुस्तकाचे प्रकाशन करावे, अशी सूचना मी केली; एवढेच नव्हे, तर त्याच्या मराठी भाषांतराची आणि प्रकाशनाची जबाबदारी स्वीकारण्याची इच्छा मी व्यक्त केली. परंतु वेगवेगळ्या कारणांनी ती जबाबदारी माझ्याकडे येण्यास १९९० हे वर्ष उजाडले. एप्रिल १९९० मध्ये पुस्तकाची टंकलिखित प्रत माझ्याकडे आली आणि आज २ एप्रिल, १९९१ रोजी हे भाषांतर पुस्तकरूपाने प्रकाशित होत आहे.

पाध्ये केवळ पत्रकारच होते, असे नाही. साहित्य, सौंदर्यशास्त्र, मानसशास्त्र, तत्त्वज्ञान, आंतरराष्ट्रीय राजकारण हेही त्यांच्या चिंतनाचे व लेखनाचे विषय होते. या विषयांच्या त्यांच्या अभ्यासाचे प्रतिबिंब त्यांच्या पत्रकारितेविषयक लेखनात उमटणे साहजिकच होते. उदाहरणार्थ, ऐक्य हे सामाजिक जीवनाचे मूल्य आहे. या आपल्या प्रतिपादनाचे विवेचन करताना माणसाचे बालपण इतर प्राण्यांच्या तुलतेने प्रदीर्घ असते, असे ते सांगतात आणि त्याची कारणमीमांसा करताना मानवाच्या उत्क्रांतीमधील संबंधित भागाचे विवेचन करतात. पत्रकारिता आणि साहित्य यांमधील संबंधांची चर्चा करताना पाध्ये कोलरिजने केलेल्या प्रतिभेच्या दोन स्तरांवरील अस्तित्वाच्या विवेचनाची चर्चा करतात आणि त्या बाबतीतला आपला सिद्धान्त स्पष्ट करतात. सत्ता या मूल्याचे विवेचन करताना बर्ट्रांड रसेलच्या प्रतिपादनाची ते

दखल घेतातच; पण त्या बरोबरच, ॲडलर आणि अन्य मानसशास्त्रज्ञांच्या सिद्धांतांचीही ते चर्चा करतात. लोकशाही आणि पत्रकारिता यांमधील संबंधांची चर्चा करताना ते अनेक राज्यशास्त्रीय तत्त्वांचे विवेचन करतात.

पत्रकारितेचे तत्त्वज्ञानात्मक अधिष्ठान या विवेचनातून स्पष्ट होते. आजच्या पत्रकारितेविषयी अनेक तक्रारी वारंवार केल्या जातात. स्वातंत्र्यपूर्व काळातल्याप्रमाणे आता पत्रकारिता हा धर्म राहिला नसून, तो इतर अनेक उद्योग-व्यवसायांप्रमाणे एक उद्योग व व्यवसाय (म्हणजे मालकांच्या दृष्टीने उद्योग आणि पत्रकारांच्या दृष्टीने व्यवसाय) झाला आहे; मूलत: सार्वजनिक सेवा असलेला हा व्यवसाय संबंधित माणसे स्वत:च्या खासगी लाभासाठी व हेतूंसाठी राबवून त्याला भ्रष्ट, उथळ आणि तिरस्करणीय बनवतात; लाभांचे प्रलोभन व्यावसायिक निष्ठेवरही कुरघोडी करते; लोकशाही राज्यव्यवस्थेचा हा चौथा आधारस्तंभ आपले कर्तव्य करण्यात कुचराई करीत आहे, अशा विविध स्वरूपाच्या या तक्रारी आहेत. पत्रकारितेच्या अस्सल स्वरूपाचे आणि तिच्यावरील सामाजिक व राजकीय जबाबदारीचे पाध्यांनी केलेले विवेचन विस्तृत आणि मूलगामी आहे. मराठीतच नव्हे, तर इंग्रजीतही या विषयाचे इतके समर्थ व आग्रही विवेचन दुर्मीळ आहे. आजच्या तरुण पत्रकारांपुढे आदर्शच उरलेले नाहीत, असे काही वेळा म्हटले जाते. या पुस्तकामध्ये पत्रकारितेच्या आदर्शांचे विवेचन वाचकांना आढळेल. गेली दहा वर्षे हस्तलिखित स्वरूपात असलेले हे पुस्तक सुदैवाने आज इंग्रजी व मराठी या दोनही भाषांतून प्रकाशित होत आहे. पत्रकारितेच्या सर्व स्तरांवरील व माध्यमांतील विद्यार्थ्यांनी आणि तरुण पत्रकारांनी या पुस्तकातील विचार आत्मसात केले पाहिजेत. तसे झाले, तर आपण स्वीकारलेल्या व्यवसायाबद्दलच्या समाजाच्या व्यक्त व अव्यक्त अपेक्षा त्यांना उमजतील आणि त्या पूर्ण करण्याची ऊर्मी त्यांच्या मनांत निर्माण होईल.

प्रस्तुत पुस्तकाच्या आंतरज्ञानशाखीय स्वरूपामुळे त्याचे भाषांतर करताना या सर्व ज्ञानशाखांतील संबंधित संकल्पना समजावून घेणे, त्यासाठी अचूक पारिभाषिक संज्ञा शोधणे, आणि त्या उपलब्ध नसतील, तर तयार करणे, आवश्यक ठरले. विवेचनातील अचूकपणा टिकविणे आणि नेमका अर्थ व्यक्त करणे याचा आग्रह पाध्यांच्या वैचारिक लेखनात असे. त्यामुळे त्यांची इंग्रजी वाक्यरचना दीर्घ पल्ल्याची आणि त्यामुळे, काही ठिकाणी, क्लिष्ट झाली आहे. त्यांच्या शैलीच्या वैशिष्ट्याचा पडसाद मराठी भाषांतरातही काही ठिकाणी वाचकांना आढळण्याची शक्यता आहे. आमच्या दोघांच्या नोकरीचे आणि संसाराचे व्याप (आणि ताप) सांभाळून एका वर्षात या भाषांतराचे दोन खर्डे करण्यापेक्षा अधिक काही आम्ही करू शकलो नाही. शिवाय मूळ टंकलिखित प्रतीतील त्रुटींनीही बऱ्याच वेळा अडचणी निर्माण केल्या.

भाषांतराची अंतिम प्रत माझे सहकारी, श्री. प्रसन्नकुमार अकलूजकर यांनी वाचली, आणि काही उपयुक्त सूचना केल्या.

मी शब्द टाकताच श्री. अनिल मेहता यांनी प्रकाशनाची जबाबदारी स्वीकारली. या दोघांचाही मी आभारी आहे.

पुणे **प्र. ना. परांजपे**

२ एप्रिल, १९९१

अनुक्रमणिका

तत्त्व म्हणजे काय?

तत्त्व म्हणजे काय? तत्त्वाची व्याख्या आपण कशी करू? 'तो तत्त्वनिष्ठ माणूस आहे', असे आपण म्हणतो, तेव्हा आपल्याला काय अभिप्रेत असते?

वैज्ञानिक नियम आणि सामाजिक नियम

तत्त्व म्हणजे सर्वसाधारण कायदा किंवा नियम. उदाहरणार्थ, गुरुत्वाकर्षणाच्या सिद्धान्तांसारखे वैज्ञानिक नियम आणि 'वाहने डाव्या बाजूने चालवावीत' अशा सारखे सामाजिक नियम.

वैज्ञानिक सिद्धान्त हे सामाजिक वर्तणुकीच्या नियमांहून स्वरूपत: भिन्न असतात. वैज्ञानिक सिद्धान्ताला अपवाद नसतो, असे मानले जाते. 'सर्व हंस शुभ्र असतात' या निरीक्षणाला एके काळी सिद्धान्तरूप मिळाले होते. परंतु नंतर ऑस्ट्रेलियात काळे हंस आढळून आले आणि या सिद्धान्ताचे सिद्धान्तपण संपले. शिवाय वैज्ञानिक सिद्धान्त हे जास्त दीर्घकालीन स्वरूपाचे असतात. काही वैज्ञानिक नियम नवीन शोध लागल्यावर बदलतात. परंतु आदर्श स्थितीत विज्ञान चिरकालीन सिद्धान्त शोधण्याचा प्रयत्न करत असते. गुरुत्वाकर्षणाच्या सिद्धान्ताचा न्यूटनने शोध लावला, तेव्हापासून तो खरा ठरला असे नाही, तर विश्वाच्या प्रारंभापासूनचे ते गृहित तत्त्व आहे. ते तत्त्व केवळ सफरचंदाचे किंवा पावसाचे पडणे याचेच स्पष्टीकरण देते असे नाही, तर अंतराळातील तारे व ग्रह यांच्या स्थानांचेही ते स्पष्टीकरण देते. ताऱ्यांचा जन्म आणि त्यांचा अंतिम विनाश यांच्या स्पष्टीकरणासाठी या तत्त्वाचा उपयोग केला गेला आहे.

या उलट, सामाजिक वर्तणुकीचे नियम परिवर्तनीय असतात. एके काळी हिंदू पुरुषाला आपल्याला आवडतील तितक्या किंवा परिस्थितीनुसार, शक्य होईल तितक्या स्त्रियांशी विवाह करता येत असे. पण आता त्याला भारतात एका वेळी एका स्त्रीपेक्षा जास्त स्त्रियांशी विवाह करता येत नाही. सामाजिक नियम केवळ बदलतातच असे नाही, तर जेव्हा ते अस्तित्वात असतात, तेव्हाही त्यांना नेहमीच अपवाद असतात. सामाजिक नियम आणि सामाजिक कायदे यांतही फरक केला पाहिजे. सामाजिक कायदा हे अनेक घटनांचे सर्वसाधारणीकरण असते. सामाजिक नियमांच्या बाबतीत नेहमीच अपवाद असतो. नियमांच्या बाबतीतला अपवाद हे

नियमोल्लंघन ठरते; आणि जर उल्लंघिलेला नियम विधिनियम असेल, तर त्याच्या उल्लंघनाला शिक्षा मिळते. एखादी व्यक्ती रस्त्याच्या उजव्या बाजूने वाहन चालवू शकणार नाही; परंतु रस्त्याच्या फक्त उजव्या बाजूने वाहने चालविण्याच्या अमेरिकन किंवा युरोपीय पद्धतीचा येथे स्वीकार करण्याची आपल्याला कल्पना करता येईल. या शिवाय सामाजिक नियम काही प्रसंगी मोडला गेला, म्हणून तो निष्फळ किंवा खोटा ठरत नाही. एखादी विशिष्ट परिस्थिती त्या नियमाला अपवाद करण्याला पुरेशी आहे असे जर अधिकारी व्यक्तींनी ठरवले, तर अपवादालाही मान्यता मिळते. एखाद्या विधिनियमाला 'कायदा' म्हटले जाते, ते त्याच्या अनिवार्यतेवर भर देण्यासाठी. या ठिकाणी कायदा हा शब्द नियम या अर्थी वापरला जातो. आपण जर कायदा मोडला, तर आपण शिक्षेस पात्र ठरतो. त्याचप्रमाणे निसर्गाचे नियम मोडले तरीही आपण क्वचित अधिकच गंभीर अशा शिक्षेस पात्र ठरतो. उदाहरणार्थ, गुरुत्वाकर्षणाचा नियम दुर्लक्षून कुणी जर खिडकीतून उडी मारली, तर तो जमिनीवर आदळण्याचीच शक्यता जास्त. कायद्याबद्दलचे अज्ञान हे अगदी विधिनियमांच्या बाबतीतही नियम मोडण्याची सबब होऊ शकत नाही. तथापि, काही वेळेस या सबबीवर न्यायाधीशाची सहानुभूती मिळवता येते, किंवा कायद्यातील त्रुटी शोधता येते. परंतु निसर्गनियमांच्या अज्ञानाकडे यत्किंचितही दयाबुद्धीने पाहिले जाण्याची बिलकुल शक्यता नसते. कारण निसर्गाला मन नसते. सामाजिक व्यवहाराचे नियम नेहमीच फार काटेकोर नसतात. उदाहरणार्थ, सार्वजनिक ठिकाणी माणसाने योग्य पेहराव करावा, अशी अपेक्षा असते. पण एखाद्याने तसा केला नाही, तर थोडी कुचेष्टा किंवा औपरोधिक शेरा यापेक्षा जास्त कठोर वागणूक त्याच्या वाट्याला सहसा येत नाही. त्यासाठी त्याला तुरूंगात पाठवले जाणे किंवा दंड होणे कुणालाही अपेक्षित नसते. म्हणूनच विधिनियमाला कायदा म्हटले जाते, तर सामाजिक नियमाला 'रूढी'!

असे असले, तरी सध्याच्या अस्तित्वात असलेल्या कायदे व नियमांच्या संदर्भात असे म्हणता येईल, की वैज्ञानिक सिद्धान्त आणि सामाजिक नियम यांमधील फरक फार काटेकोर नसतो. अर्थात, निसर्गाचे नियम बदलण्याची शक्यता नसते, तर सामाजिक नियम बदलास खुला असतो. निसर्गाचे नियम बदलण्याची शक्यता नसते, पण त्यांच्याबद्दलचे आपले आकलन बदलणे शक्य असते. येथे निसर्गनियम हा शब्द 'सत्य' या अर्थी वापरला आहे. निसर्गाच्या आपल्या आकलनानुसार निसर्ग वैश्विक आणि अंतिम असतो. कुठल्याही मानवी व्यवस्थेबद्दल असे म्हणता येणार नाही. मात्र निसर्गनियमांचे आपले आकलन चुकण्याची शक्यता असतेच. ज्ञानाच्या प्रगतीबरोबर हे आकलन बदलण्याची शक्यता असते आणि ते असे पुष्कळदा बदलतेही. त्यामुळे आपल्याला आकलन झालेल्या निसर्गनियमात सुधारणा

होते, तो बाद होतो किंवा एखादा अधिक व्यापक नियमाच्या चौकटीत तो सामावला जातो. उदाहरणार्थ, एका काळी ईथरच्या अस्तित्वावर शास्त्रज्ञांचा विश्वास होता. आता हा विश्वास बाद ठरला आहे. न्यूटनच्या मते अंतराळ (स्पेस) अंतिम होते. आता आइन्स्टाइनने ते तसे नाही, असे दाखवून दिले आहे. खरे तर न्यूटनच्या पदार्थविज्ञानाची समर्पकता सापेक्ष आहे, असे दाखवून देण्यात आले आहे. आइन्स्टाईनच्या पदार्थविज्ञानाच्या चौकटीतच त्याचे आकलन करता येते.

निसर्गाचे नियम परिवर्तनीय असतात, बदलू शकतात असा याचा अर्थ नाही; फक्त त्यांच्याबद्दलचे आपले आकलन बदलू शकते. एखाद्या काळातील वैज्ञानिक ज्ञानसंग्रहात ज्या निसर्गनियमांचा समावेश होतो, ते निसर्गनियम त्या वेळेपर्यंत माणसाने शोधून काढलेलेच फक्त असतात. परिपूर्ण नसलेले मानवी निरीक्षण आणि प्रयोग यांचा परिपाक म्हणजे ते नियम. आत्तापर्यंत शोधून काढलेल्या नियमांचे आपले आकलन आणि आपली प्रेरणा यांच्या पायावर आपण काही तथ्यांचे निरीक्षण करतो व ती जाणून घेण्यासाठी काही सर्वसाधारण गृहित प्रमेये तयार करतो. नंतर त्या गृहित प्रमेयांच्या प्रकाशात आपण त्या तथ्यांवर प्रयोग करतो, काही निष्कर्ष काढतो आणि ते निष्कर्ष तर्कशुद्ध आहेत, की नाहीत, याबद्दल गृहित प्रमेयांच्या प्रकाशात खात्री करून घेतो. परंतु आपली निरीक्षणे चुकीची असण्याची किंवा तथ्यांचा योग्य तो अर्थ लावला गेला नसण्याची शक्यता असते. किंवा कमी-अधिक फरकाची आणखी तथ्ये प्रकाशात येण्याची आणि त्यांना सामावून घेणाऱ्या एका नव्या सिद्धान्ताची, ती तथ्ये मागणी करण्याची शक्यता असते. अशा रीतीने कालबाह्य सिद्धान्ताला नव्या सिद्धान्तासाठी जागा करून द्यावी लागते. हा नवा सिद्धान्त म्हणजे कधी सुधारीत स्वरूपातील जुनाच सिद्धान्त असतो, तर कधी तो पूर्णतः नवा असतो. सामान्यतः असे होते, की नव्या तथ्यांच्य प्रकाशात प्रचलित सिद्धान्त सदोष असल्याचे आढळून येते. ही एक प्रकारे सिद्धान्त आणि तथ्ये यांच्यांतील रस्सीखेच असते. पुन्हा एकदा तथ्यांकडे वस्तुनिष्ठपणे पाहिले जात नाही; तर फक्त त्यांचा नव्याने अर्थ लावला जातो. परिणामतः जुना सिद्धान्त केवळ बदलतोच, असे नाही, तर नव्या गृहित प्रयेमाशी त्याला सामना द्यावा लागतो आणि त्यांच्यांतील कोणीतरी एक त्या वेळेपुरता टिकून राहतो.

सामाजिक वर्तणुकीच्या नियमाप्रमाणेच वैज्ञानिक सिद्धान्तही परिवर्तनीय असतो; परंतु त्यांच्यांत एक मोठा फरक असतो. निसर्गाचे नियम अपरिवर्तनीय आणि कायमस्वरूपी असतात या विश्वासावर वैज्ञानिक सिद्धान्त आधारलेले असतात. या उलट, सामाजिक वर्तणुकीचे नियम मानवनिर्मित आहेत, समाजाच्या काही गरजा

भागविण्यासाठी ते तयार केलेले आहेत आणि आवश्यक वाटले तर ते बदलण्याचे स्वातंत्र्य मानवाला आहे, या कमी-जास्त प्रमाणातील स्पष्ट समजुतीवर ते आधारलेले असतात. आपल्या गरजा भागविण्यासाठी आपल्याला निसर्गाचा वापर करायचा असतो, म्हणून आपण निसर्गनियम जाणून घेण्याचा प्रयत्न करतो. किंबहुना आपल्याला निसर्गावर मात करायची असते. निसर्गनियमांबद्दलचे आपले आकलन काहीही असले, तरी प्रारंभापासून निसर्गनियम होते तसेच असतात; आणि पुढेही ते तसेच राहणार असतात. ते सार्वकालिक असतात. सामाजिक वर्तणुकीचे नियम किंवा निर्बंध शाश्वत नसतात. मानवाने ते काही उद्देशाने बनविलेले असतात. ते उद्देश बदलू शकतात आणि त्यामुळे ते नियमही बदलू शकतात.

परंतु प्रचलित समाजनियमांची काही जणांवर इतकी भुरळ पडलेली असते, की ते त्या नियमांना सार्वकालिकता बहाल करू पाहतात. आपण अपरिवर्तनीय नियमांचा पाठपुरवठा करीत आहोत असा त्यांचा समज असतो. त्यांना वाटत असते निसर्गनियमांप्रमाणे समाज-नियमांना नैसर्गिक प्रतिष्ठा नसेल पण त्याहून उच्च स्तरावरील मान्यता त्यांना असते. कारण ते सर्वशक्तिमान ईश्वराने केलेले असतात. दैवी शक्तीने ते लिहिलेले असतात. सर्व काही ईश्वरानेच निर्माण केले आहे. ईश्वराने आपली प्रतिकृती म्हणून मानव निर्मिला, स्वत:चा पुत्र म्हणून त्याने मानवाची निर्मिती केली. त्यामुळे मानवातही काही दैवी गुण असतात. त्यामुळे त्याचे समाजनियम– निदान त्यांतले काही मूलभूत नियम तरी– ईश्वराप्रमाणेच अपरिवर्तनीय असतात. निसर्गाला आत्मा नसेल, पण मानवाला आत्मा असतो. निसर्ग ही माया आहे. माणसाचे बाह्य जग ही माया असेल, पण त्याच्या अंतरात्म्यामध्ये परमात्म्याचे काही गुण असतात. मानवाचा देह हा काही भ्रम नाही. त्यामुळे त्याचे नियम किंवा त्याने बनविलेल्या समाजनियमांचे मूळही ईश्वरी इच्छेतच आहे. अर्थात, हे मान्य करायलाच हवे की नैतिक जाणीव म्हणजे अनुभवाला येणाऱ्या वस्तुस्थितीच्या वास्तवतेपलीकडचे काहीतरी आहे. ही नैतिक जाणीव अंत:प्रेरणेतून जन्म घेते. पण खुद्द ही अंत:प्रेरणाच वास्तवाच्या आपल्या आकलनाचा परिपाक असते. त्यांपैकी काही नैतिक बंधने आपण इतरांबरोबर वाटून घेतो. त्यांपैकी काही नियमांचे उगमस्थान माया किंवा भ्रम असणे शक्य आहे. पण थोडा खोलवर विचार केला, तर असे दिसून येईल, की बाकीचे नियम शाश्वत आहेत, दैवी इच्छेने निर्माण झाले आहेत. त्यामुळे ते नियम मानवाने आंधळेपणाने, चिकित्सा न करता पाळले पाहिजेत. हे नियम शाश्वत का आहेत या प्रश्नाचे उत्तर वरील युक्तिवाद करणाऱ्यांच्या दृष्टीने अगदी सरळ आहे : ते शाश्वत आहेत कारण त्यांना वेद, कुराण अशा प्राचीन धर्मग्रंथांची मान्यता आहे; द्रष्टा ऋषी, ख्रिस्त, मुहम्मद यांसारखे कोणी ना कोणी

त्यांच्यामागे आहे. हे ग्रंथ मानवनिर्मित नाहीत, ते ईश्वरनिर्मित आहेत; त्यांत दैवी साक्षात्कार ग्रथित केलेले असतात.

सामाजिक नियम शाश्वत नाहीत, काळाच्या ओघात त्यांत बदल होणे अपरिहार्य आहे याची पुरेपूर कल्पना प्रत्येक समाजातील धंदेवाईक माणसांना असते. परंतु हे नियम चालू राहण्यातच त्यांचा स्वार्थ असतो आणि त्यासाठी इतरांना फसविण्याची त्यांची तयारी असते. त्यासाठी प्लेटोने ज्याला 'उदात्त असत्य' म्हटले आहे, त्याचा ते उपदेश करतात. हे नियम शाश्वत आहेत आणि त्यांचा भंग करणाऱ्यांना भयानक संकटांना तोंड द्यावे लागण्याचा धोका आहे, असा प्रचार ते करतात.

मातापित्यांबद्दलची कर्तव्ये ज्यांत अंतर्भूत आहेत, असे थोडे समाजनियम तुलनेने शाश्वत स्वरूपाचे असतात, हे खरे. त्याचे कारण असे, की मनुष्यस्वभाव जरी थोडा फार बदलला तरी तो मूलत: सर्वच बाबतींत बदलत नाही. काही झाले, तरी माणूस शेवटी आईच्या उदरातून जन्म घेतो आणि आईवडिलांच्या संगोपनाची गरज त्याला अनेक वर्षे भासते. इतर प्राण्यांप्रमाणे मानव लवकर प्रौढ होत नाही. त्याचे बालपण दीर्घ काळाचे असते आणि त्या काळात प्रामुख्याने आईवडीलच त्याचे संगोपन, संवर्धन करतात, काळजी घेतात. त्यातूनच आईवडिलांबद्दलचे प्रेम निर्माण होते. मानवाच्या या दीर्घ बाल्यावस्थेची कारणमीमांसा अशी : मानवाने एके दिवशी दोन पायांवर चालायला सुरूवात केल्यामुळे त्याचे दोन हात मोकळे झाले. त्यांच्या वापराबरोबर त्याचा मेंदू मोठा झाला; पण स्त्रीची योनी पूर्वीपेक्षा लहान झाली. ही समस्या सोडविण्यासाठी निसर्गाने मोठे डोके व अविकसित शरीराचे मूल निर्माण केले. योग्य त्या वाढीसाठी मुलाला आईच्या प्रेमाची, आणि आईच्या अनुपस्थितीत इतर कुणी तिची जागा घेण्याची आवश्यकता असते. एखाद्या अचेतन बदली प्रतिनिधीकडून यांत्रिकपणे प्रेम पुरविले गेले तर मुलाची मानसिक वाढ विकृततेकडे झुकते हे आता प्रयोगाने सिद्ध झाले आहे. काही जीवशास्त्रीय घटक सर्व माणसांना सर्व काळी समान असतात. त्यांचा आविष्कार बदलला तरी मूलतत्त्व कायम राहते. म्हणूनच काही समाजनियम तुलनेने शाश्वत स्वरूपाचे असतात. सर्वच समाजांसाठी सुयोग्य ठरण्याकडे त्यांचा कल असतो. पण धार्मिक प्रवृत्तीच्या माणसांचा त्यांना दैवी अनुभवपूर्व सत्ये मानण्याकडे ओढा असतो. अर्थात सगळेच जण धर्मवेडे नसतात. पण आपल्या प्रतिगामी प्रवृत्तीचे समर्थन करण्यासाठी मानवी स्वभावातील ऐहिक अनुभव-पूर्व सत्ये शोधण्याचा ते प्रयत्न करतात. काही झाले तरी हे लक्षात ठेवणे आवश्यक आहे, की कोणतीही आपोआप शिक्षा न मिळता किंवा विनाश न होता आपण सामाजिक नियम मोडू शकतो. परंतु एखादा खराखुरा

धोका पत्करल्याशिवाय निसर्गनियम मोडणे आपल्याला शक्य होत नाही.

आता प्रश्न असा आहे, की निसर्गाचे नियम आणि सामाजिक नियम जाणून घेण्याची व त्यांचे पालन करण्याची काय आवश्यकता आहे? याचे ढोबळ उत्तर असे आहे की सर्व जिवंत सृष्टीवर सत्ता चालवणाऱ्या जीवनेच्छेची सेवा करता यावी म्हणून किंवा तिच्या मागण्या यशस्वीरीत्या पूर्ण करता याव्यात, म्हणून त्यांचे पालन केले पाहिजे.

याचे स्पष्टीकरण करणे आवश्यक आहे. जगताना माणसाचा तीन गोष्टींशी संबंध येत असतो : १) निसर्ग, २) इतर माणसे व ३) स्वतः . या तीन गोष्टींशी असलेल्या त्याच्या संबंधांकडे आपण आता थोडे लक्ष देऊ.

निसर्गाबरोबरचा संबंध : मानव हा निसर्गाचा एक घटक आहे; आणि निसर्गाचे इतर घटक आत्मसात करूनच तो जगू शकतो. जगायचे असेल तर त्याला इतर घटक यशस्वीपणे आत्मसात करता आले पाहिजेत. त्याने फक्त अन्नग्रहण केले पाहिजे, विष नाही. किंवा अधिक सोपे, म्हणजे जगणे व आरोग्य यांना अनुकूल असेल, तेच घेतले पाहिजे. त्याने पाणी किंवा दुसरे योग्य असे पर्यायी पेय पिणे आवश्यक आहे. पेहरण्यायोग्य व शरीराला इजा न करणारेच कपडे घातले पाहिजेत. पंचमहाभूतांपासून आवश्यक तेवढे संरक्षण करणाऱ्या घरातच राहिले पाहिजे. त्यासाठी आपण आत्मसात करतो त्या घटकांचे स्वरूप त्याला माहीत असले पाहिजे. ज्या निसर्गाचे हे सर्व घटक आहेत, त्याचे ज्ञान मिळवूनच तो हे करू शकतो. खरे तर निसर्गाला यशस्वीरीत्या आत्मसात करता यावे, यासाठीच मानवाने आपल्या मनःशक्ती विकसित केल्या. थोडक्यात, मानवाला निसर्गनियमांचे ज्ञान आवश्यक आहे.

इतरांबरोबरचा संबंध : मनुष्य समूहात जन्मतो, वाढतो आणि त्याला समूहातच जगावे लागते. मरताना मात्र तो एकटा असतो. अर्थात विट्गेन्स्टाइनने म्हटल्याप्रमाणे मृत्यू हा जीवनाचा भाग नाही. माणसाला फक्त दुसऱ्यांशी सहकार्य करूनच जगता येते. त्याचे प्रत्यक्ष जगणेच अशा सहकार्यावर अवलंबून असते. उदाहरणार्थ, सकाळच्या न्याहारीतील पाव (किंवा इतर काही असेल, ते) आपल्याला मिळण्यासाठी अनेकांचा हातभार लागलेला असतो. सहकार्य करणारा प्राणी म्हणूनच माणसाला जगावे लागते आणि त्यातूनच त्याच्यात सहकार्याची प्रवृत्ती निर्माण होते. व्यवहारी जगाचा त्याग केलेले, पण आपल्याप्रमाणेच अन्नपाणी घेणारे भिक्षू व

संन्यासी आपल्या गरजा भागविणाऱ्या असंख्य भक्तांच्या सहकार्यावरच अवलंबून असतात. त्याचप्रमाणे प्रत्येकाला इतरांबरोबर सहकार्य करावे लागते. हे सहकार्य काही सामाजिक धारणांमुळे शक्य होते. जगण्यासाठी पायाभूत असलेल्या देवाणघेवाणीच्या अटींचा सुव्यवस्थित आविष्कार म्हणजे या सामाजिक धारणा.

स्वत:बरोबर संबंध : माणूस हा सामाजिक प्राणी असला, तरी त्याला अत्यंत मौल्यवान वाटणारे त्याचे स्वत:चे एक स्वत्व असते. माणूस जरी निसर्ग व समाज यांच्या संबंधांत जगत असला, तरी त्या संबंधांचे भान त्याला स्वत:च्या जाणिवेतून येते, या वस्तुस्थितीतून स्वत्वाचा जन्म होतो. त्याची जाणीव म्हणजे जगावर उघडणारी त्याची खिडकी असते. माणसाच्या स्वत्वाचा आविष्कार म्हणजे त्याचा अहम्. अस्तित्वासाठी चालणाऱ्या स्पर्धात्मक धडपडीत हा अहम् त्याच्या चांगलाच उपयोगी पडतो. ह्या आक्रमक अहम्चा अभाव या धडपडीत त्याला अपायकारक ठरला असता. मानवी अस्तित्वाचा पाया असलेल्या सहकाराच्या बाबतीतला विरोधाभास असा आहे की सहकार करता करताच माणसाला स्पर्धाही करावी लागते. या स्पर्धात्मक अहम्चा अभाव स्वेच्छेने कराव्या लागणाऱ्या अस्तित्वाच्या धडपडीत त्याला फार हानिकारक ठरला असता. या धडपडीत अनेकदा त्याला अरेरावी करावी लागते आणि असे बनण्यास त्याचा अहम् त्याला मदत करतो. असे असले, तरी त्याच्या या स्पर्धात्मक धडपडीचा पाया शेवटी सहकार हाच असतो, ही वस्तुस्थिती आहे.

अंत:प्रेरणेवर आधारलेले काही संबंधही माणसाच्या दृष्टीने आवश्यक असतात. माणसाचे निसर्ग व इतरांबरोबरचे संबंध सुरळीत चालावेत, यासाठी त्याला काही सर्वसाधारण कायदे व नियम यांची समज असावी लागते हे सहज लक्षात येईल. जगता यावे, यासाठी माणसाला निसर्गाबरोबर काही तडजोड करावी लागते, हे आपण पाहिले. निसर्गाच्या कार्याची समज असल्याखेरीच माणसाला हे करता येणार नाही हे उघड आहे. उदाहरणार्थ, खाद्यपदार्थ कशापासून बनलेले आहेत आणि ते आपल्या पोटाला पचतील की नाही याचे ज्ञान झाल्याशिवाय कोणते पदार्थ खाण्यायोग्य आहेत, हे आपल्याला कळणार नाही. म्हणून त्या पदार्थांचे गुणधर्म आणि आपल्या शरीरक्रियांचे नियम आपल्याला माहीत हवेत. आपल्याला अन्न पिकवायचे असेल तर शेतीबद्दल माहिती हवी. पिके घेण्याबद्दलचे नियम माहीत हवेत. शेतीसाठी– आणि अर्थात पिण्यासाठी– पाण्याची गरज असेल, तर पाण्याच्या उगमस्थानांची, पाऊस आणि पावसाचे पाणी जमिनीत कसे साठविले जाते, याची माहिती हवी. पाण्याच्या गुणधर्मांबद्दलही काही ज्ञान हवे, तसेच मातीचे गुणधर्म, कोणती माती

पिकांना लाभदायक असते व कोणती पिकांना हानिकारक असते, हेही माहीत हवे. वातावरणाच्या नियमांचेही ज्ञान हवे. असेच प्रत्येक बाबतीत दिसून येईल. आपल्या पूर्वजांनी शेतीची प्रक्रिया सुरू केली, त्यावेळी त्यांना या नियमांचे सूक्ष्म ज्ञान होते, असे नाही. त्यांचे या नियमांचे ज्ञान उघडच अकुशल आणि कामचलाऊ होते. शेतीचा प्रारंभ खरोखरच योगायोगानेच झाला असावा. पण पिकांचे निरीक्षण करण्याचे आणि त्यातून काही व्यावहारिक ज्ञान विकसित करण्याचे भान त्यांना होते. वर्षानुवर्षाचा सराव, कदाचित पिढ्यान्‌पिढ्यांचे प्रयोग, चुका व त्यांची दुरुस्ती यांतून हे ज्ञान विकसित झाले. पण त्यांना जाणीव नसली, तरी त्यांच्या व्यवहाराला निसर्गनियमांचा पाया होता. शेतीतून होणारी फलनिष्पत्ती आणि अन्य सहयोगी बाबी त्यांनी बहुधा जादू किंवा चमत्कारांच्या सदरात टाकल्या असाव्यात. परंतु प्रत्यक्षात जे घडत होते, ते निसर्गनियमांनुसारच घडत होते. निसर्गनियमांबरोबर फासे खेळणारी एखादी दैवी शक्ती त्या वेळी अस्तित्वात असावी असे मानायला कोणतेही कारण दिसत नाही.

आपल्या सामाजिक संबंधांच्या सुसूत्र रचनेसाठी सामाजिक नियम किती उपयुक्त आहेत हे समजणे तुलनेने सोपे होते, तरी ते माणसाला एकाच प्रयत्नात तयार करता आले असतीलच असे नाही. प्रयोगांच्या एका प्रदीर्घ प्रक्रियेतूनच ते निष्पन्न झाले असावेत यात शंका नाही. पण एका बाजूला सामाजिक नियम व समाजव्यवस्था यांतील संबंध, तर दुसऱ्या बाजूस समाजव्यवस्था व समाजाचे हित यातील संबंध या दोन संबंधांतील सूक्ष्म बारकावे त्याला काळाच्या ओघात जाणून घेता आले. प्रारंभीच्या काळात बऱ्याचशा सामाजिक संबंधांचे आणि त्यांच्या नियमांचे समर्थन देव आणि धर्म यांच्या नावे केले गेले. मानवाचे सामाजिक मानसशास्त्राचे ज्ञान अगदी प्राथमिक अवस्थेत होते, तोपर्यंत त्याला याची मदत झाली. परंतु शिक्षणप्रसाराबरोबर माणसांना सामाजिक नियमांचे, समाजकल्याणाशी असलेल्या त्यांच्या संबंधांचे अधिकाधिक ज्ञान होत गेले. उदाहरणार्थ, एके काळी खरे बोलणे हा दैवी निर्बंध होता, किंवा राजा हरिश्चंद्रासारख्या पौराणिक व्यक्तीच्या जीवनातून मिळणारा बोध होत होता. परंतु खरे बोलणे हे जर रोजच्या जीवनाचे सूत्र नसेल तर सामाजिक जीवन अशक्य होईल, हे अधिकाधिक प्रमाणात माणसांच्या लक्षात येऊ लागले. प्रत्येकजण जर खोटे बोलू लागला तर कोणावर विश्वास ठेवावा आणि कोणावर नाही हे कळेनासे होईल, आणि व्यक्तीव्यक्तींमधील संबंधांना पायाभूत असलेला सामाजिक विश्वास अशक्य होईल. त्यामुळे खरे बोलणे ही व्यक्तिगत जीवनाला आधार देणाऱ्या सामाजिक जीवनासाठी आवश्यक अशी एक सामाजिक जबाबदारी ठरते. खरे तर, खरे बोलणे म्हणजे यशस्वी सामाजिक जीवनासाठी आवश्यक असे एक प्रकारचे प्राथमिक सामाजिकीकरण ठरते. म्हणून सत्यवचन हा प्रसंगाशी जुळवून घ्यावा

लागणारा एक व्यावहारिक सिद्धान्त बनला. धार्मिक निर्बंधांमुळे जेव्हा माणसे खरे बोलत तेव्हाही त्या बाबतीत काटेकोरपणा केव्हा पाळावा आणि विशिष्ट प्रसंगाशी जुळवून घेण्यासाठी त्यात बदल केव्हा करावा, हे त्यांना व्यवहारातील अनुभवावरून कळत असे. उदाहरणार्थ, मृत्यूपंथाला लागलेल्या रोग्याला 'तू आता जगाचा निरोप घ्यायला सिद्ध हो', असे डॉक्टर सांगत नाही. रोग्याच्या जिव्हाळ्याच्या नातेवाईकांशीही तो धोरणीपणाने वागतो. काही वेळेस व्यावहारिक गरजेमुळे सत्याशीही लपंडाव खेळावा लागतो. महाभारतातील युधिष्ठिरासारख्या थोर व्यक्तीलाही हितार्थी असत्य बोलणे भाग पडले. या पापाची शिक्षा पुढच्या जन्मात मिळणार आहे हे त्याच्यासारख्या माणसाला चांगले माहीत होते. परंतु तिथल्या तिथे, त्या क्षणी होणाऱ्या व्यावहारिक विध्वंसापेक्षा माणसे अदृश्य सत्त्वपरीक्षा पत्करीत असे दिसते. पण हे व्यावहारिक विचार आणि हा धोरणीपणा म्हणजे त्यांनी सामाजिक जबाबदारीची समाजजीवनासाठी केलेली कदर होय, हे येथे समजून घ्यायला हवे.

समाजजीवनासाठी नियम आवश्यक आहेत. प्रत्येकजण जर स्वत:च्या लहरीपणाने किंवा आपल्याच शहाणपणाने वागू लागला आणि पालन करण्यासाठी एकही सामाजिक नियमच नसला, तर सहकार्याने करावयाची कृती अशक्य होईल आणि जीवन म्हणजे एक न संपणारा गोंधळ होऊन बसेल. एका अगदी सोप्या उदाहरणावरून हे स्पष्ट करता येईल. पुण्यात ९१ व ९२ क्रमांकाच्या पुणे महापालिका परिवहनाच्या बसगाड्या डेक्कन जिमखाना ते पुणे विद्यापीठ अशा फेऱ्या करतात, हे अगदी प्राथमिक समाजनियमाचे उदाहरण होय. पण अशा नियमांच्या अभावी सार्वजनिक परिवहन- उदाहरणार्थ, बससेवा अशक्य होऊन बसेल.

स्वत:बरोबरचा संबंध : माणसाचा स्वत:बरोबरचा संबंध हा एक जास्तच गुंतागुंतीचा प्रकार आहे. माणसाची जाणीव (मी आधीच सांगितल्याप्रमाणे ही जाणीव म्हणजे त्याची जगाकडे बघण्याची खिडकी असते आणि तिच्यामुळेच त्याचे स्वत्व जन्माला येते.) हा मेंदूच्या व्यामिश्र संरचनेचा परिपाक असतो. हे जर एवढेच असते आणि त्यापेक्षा जास्त काही नसते, तर (निदान सैद्धांतिक पातळीवर तरी) जाणिवेच्या कार्यपद्धतीबद्दल सर्वसामान्य नियम बनवणे शक्य झाले असते. पण जाणीव ही सरळ रेषेतील निर्मिती नाही किंवा निसर्गप्रक्रियेने घडविलेली मेंदूची दुय्यम निर्मिती नाही. याचा अर्थ असा, की जाणीव म्हणजे कार्यरत मेंदूचे एकास एक असे स्वयंचलित प्रतिबिंब नाही. आणि अगदी तसे जरी असते, तरी जाणिवेचे सर्वच पीळ कळणे फार अवघड झाले असते, कारण मेंदूच्या कार्याबद्दल आपल्याला फारच थोडी माहिती आहे. शारीर मेंदूच्या कार्यावरून जाणिवेच्या कार्याबद्दल काही

अनुमान, निदान सैद्धान्तिक पातळीवर तरी, काढता आले असते. पण जाणीव म्हणजे मेंदूच्या स्वयंचलित प्रतिबिंबापेक्षा अधिक काहीतरी आहे. ती वाढणारी गोष्ट आहे. याचा अर्थ असा, की जाणीव ही मेंदूच्या शारीर मर्यादा ओलांडून, काही प्रमाणात का होईना, पलीकडे जाते. तिला एक विशिष्ट स्वायत्तता असते, स्वत:चे असे एक अस्तित्व असते. तिच्या काही अपूर्व गुणधर्मांचे, वैशिष्ट्यांचे अनुमान मेंदूच्या शारीर गुणधर्मावरून करता येत नाही. म्हणूनच तत्त्वज्ञ राइलने 'मनाची संकल्पना' (कन्सेप्ट ऑफ माइंड) या ग्रंथात 'मन म्हणजे शरीर-प्रवृत्तींचे गाठोडे' असे स्पष्टीकरण देण्याचा जो प्रयत्न केला आहे, तसा प्रयत्न करणे व्यर्थ होय. या जाणिवेमुळेच माणूस विविध संबंधांमध्ये सतत असतो. हा संबंध अतिशय गुंतागुंतीचा असतो. माणूस ज्या वर्तमान वास्तवाच्या संबंधात येतो त्याबद्दलचेच भान ही जाणीव त्याला देते असे नाही, तर ती स्मृतींचे भांडार असते, आणि संबंधित अशा भूतकालीन अनुभवांतून त्याचा वर्तमान अनुभव काही प्रमाणात घडवला जातो. म्हणूनच जाणिवेचा कल खासगी आणि वैयक्तिक असण्याकडे असतो. तिचे सार्वजनिक नियमांच्या संचात रूपांतर करता येत नाही. आंतरिक जाणीव ही बाह्य गोष्टींच्या जाणिवेपेक्षा गुणात्मक पातळीवर भिन्न असते. माणसाच्या जाणिवेबद्दल अर्थातच काही अतिशय ढोबळ सर्वसाधारण नियम बनविता येतात; पण सर्वसाधारण नियम वा कायद्यांच्या पलीकडे जाण्याची व्यक्तिगत जाणिवेची प्रवृत्ती असते. हे फक्त सबोध मनाबद्दलच खरे आहे असे नाही, तर अबोध आणि सुप्त मनाबद्दलची तितकेच खरे आहे.

स्वत:बरोबरच्या या अतिशय खासगी आणि वैयक्तिक संबंधाखेरीज (या संबंधामुळे अर्थातच त्याचे इतर दोन संबंधही काही प्रमाणात घडविले जाण्याची शक्यता असते.) सर्वसाधारण नियम व कायद्यांनीही माणसाचे आयुष्य नियंत्रित केले जाते. अगदी लहानपणी माणसावर सत्ता गाजवायला लागणारे सामाजिक नियम हे त्यांपैकी सर्वांत पहिले. शिवाय त्यांतील काहींवर निसर्गनियमांचा प्रभाव असतो हे लक्षात ठेवले पाहिजे. उदाहरणार्थ, अनेक आधुनिक समाजांत बालविवाहाला बंदी आहे. कारण वैवाहिक जीवनाशी निगडित असे लैंगिक संबंध बालपणात निसर्गत: शक्य नसतात, आणि एखाद्या अविचारी पतीने जर आपला हक्क बजावायचा प्रयत्न केला, तर त्याच्या बालवधूला इजा होण्याची शक्यता असते. तसेच वैवाहिक जीवनाशी संबंधित अशी बंधने व जबाबदाऱ्या यांमुळे बालवधूच्या निरोगी वाढीलाही धोका पोचण्याचा संभव आहे, हा विचारही बालविवाहावरील बंदीच्या मागे असतो. परंतु बहुसंख्य सामाजिक नियमांना मुख्यत: सामाजिक विचारातून चालना मिळालेली असते. असे असले तरी निसर्गनियमांच्या विरुद्ध असेल, तर सामाजिक जीवन

अशक्य होईल. तुम्ही सर्वांवर वैराग्य लादू शकत नाही. काही जण ते पत्करतात; पण त्यांना त्याची किंमत मोजावी लागते. जगण्यासाठी आवश्यक ती सामग्री मुळीच उपलब्ध नसलेल्या जमिनीच्या तुकड्यावर किंवा पूर, भूकंप, लाव्हारसाचे प्रवाह, कडे कोसळणे अशा हातांबाहेरील धोके असलेल्या ठिकाणी वस्ती करण्याचा एखाद्या समूहाने प्रयत्न केला, तर तो समूह लवकरच नष्ट होईल.

कोणत्याही परिस्थितीत, काही नियम आणि संकेत यांचे पालन केल्याखेरीज सामाजिक जीवनाची अनिवार्य अट असलेला सामाजिक सहकार शक्य नाही. त्यातील अनेक नियम आणि संकेत इतके आवश्यक असतात, की समाज त्यांच्यावर नैतिक आवरण चढविण्याचा प्रयत्न करतो. काही विशिष्ट नियम पाळलेच पाहिजेत ही गोष्ट मूल अगदी पाळण्यात असल्यापासून त्याच्यावर बिंबविली जाते. आणि सामान्यत: मुलाचा अत्यहम्– तो आपली भूमिका प्रारंभी आईवडिलांच्याद्वारा पार पडतो– ते नियम इतके आत्मसात करतो, की तो त्याचा दुसरा स्वभावच बनून जातो. यालाच सामाजिकीकरण म्हणतात. एका अमेरिकी मानसशास्त्रज्ञाने सामाजिकीकरणाचे एक रंजक उदाहरण दिले आहे. एक प्राध्यापक कडक थंडीच्या दिवसांत जरा लवकरच उठले. बघतात, तो त्यांचा तीन वर्षांचा मुलगा अंगावरील पांघरूणाच्या बाहेर पाय काढून त्याच्याशी खेळत होता. प्राध्यापकांनी काहीशा कडकपणाने त्याला सांगितले, की पाय नीट झाकून घे, नाहीतर थंडीमुळे पायाला अपाय होईल. मुलाला ताकीद देऊन प्राध्यापक परत झोपी गेले. तासाभराने उठून बघतात, तो मुलगा परत पांघरूणाबाहेर निघालेल्या पायाला उद्देशून रागाने बोलत होता :

'वाईट वागू नकोस. नीट पांघरूण घे, नाहीतर थंडीमुळे अपाय होईल.'

निसर्गाचे प्राथमिक सिद्धान्त– त्यांना निसर्गनियम म्हणणे जास्त बरे– मुलांवर बिंबविण्याचा प्रयत्न केला जातो. उदाहरणार्थ, विस्तवाला हात लावू नको, कारण विस्तवामुळे भाजते असा इशारा मुलाला दिला जातो. रोज आंघोळ करावी, कारण पाण्यामुळे शरीर स्वच्छ होते आणि निरोगी राहण्यासाठी इतर स्वच्छतांबरोबर शारीरिक स्वच्छतेची जरूरी आहे असे मुलाला सांगितले जाते. असे काही निर्बंध मुलाच्या मनावर काही प्राथमिक नियम ठसवतात आणि या प्रक्रियेतूनच मुले काही गोष्टींचे स्पष्टीकरण शोधण्यास आणि देण्यास शिकतात. एखाद्या गोष्टीचे किंवा घटनेचे स्पष्टीकरण देणे म्हणजे ती गोष्ट सर्वसामान्य सिद्धान्तात बसविणे होय. उदाहरणार्थ, गुरुत्वाकर्षणामुळे सफरचंद खाली पडते. एखाद्या मुलाचे सिद्धान्ताचे आकलन अगदी प्राथमिक किंवा चुकीचे असू शकेल. पण त्यामुळे त्याचा स्पष्टीकरण देण्याच्या पद्धतीशी परिचय होतो. त्यातून स्पष्टीकरण शोधण्याची व देण्याची,

म्हणजे एखाद्या गोष्टीला सर्वसाधारण सिद्धान्तात बसवण्याची क्षमता विकसित होते. प्रा. मॅक्स ब्लॅक या अमेरिकी तत्त्वज्ञाने दिल्लीतील एका श्रोतृसमुदायासमोर बोलताना आपल्या मुलीचे उदाहरण दिले. त्यांची पिवळी गाय पिवळे दूध का देत नाही, याचे तिला आश्चर्य वाटत असे. गाईच्या दुधाचा रंग गाईच्या रंगाशी मिळताजुळता असला पाहिजे, असा सिद्धान्त तिने बनवला होता. तिचा हा सिद्धान्त चुकीचा होता, पण स्पष्टीकरण शोधण्याची तिची अंत:प्रवृत्ती चुकीची नव्हती. सिद्धान्त-उपसिद्धांतांची आणि नियम-उपनियमांची एक उतरंड असते आणि त्यातूनच स्पष्टीकरणांची एक उतरंड निर्माण होते असे आढळून आले आहे. गुरुत्वाकर्षणाचे उदाहरण घेऊ. या सिद्धान्तामुळे सफरचंद जमिनीवर पडते, पण तसे पडण्यास नकार देणारे पीसही ह्याच सिद्धान्ताचे पालन करीत असते. ग्रह आणि तारेही त्यांच्या भ्रमणमार्गात हाच सिद्धान्त पाळतात. इतक्या विविध घटनांची स्पष्टीकरणे ज्याला द्यावी लागतात, तो सिद्धान्त व्यामिश्र असणे अपरिहार्य आहे. न्यूटनचा सिद्धान्त असा आहे :

'विश्वातील प्रत्येक परमाणूच्या शक्तीचे (फोर्सचे) प्रमाण परमाणूंच्या वस्तुमानाच्या एकूण शक्तीशी सरळ, तर त्यांच्यामधील अंतराच्या वर्गाशी व्यस्त असते.'

सफरचंद पडणे आणि पीस न पडणे याचे स्पष्टीकरण सफरचंदाचे परमाणू आणि पृथ्वीचे परमाणू यांच्या आधारे देता येत नाही; त्यासाठी वातावरणातील परमाणूही विचारात घ्यावे लागतात. न्यूटनने शोधून काढलेला गुरुत्वाकर्षणाचा व्यामिश्र सिद्धान्त हा एक मूलभूत सिद्धान्त आहे. तो वस्तुमान आणि वजन यांत फरक करतो आणि संबंधित अंतरही विचारात घेतो. सिद्धान्तांच्या उतरंडीत मूलभूत सिद्धान्त असतात आणि त्यांपासून निष्पन्न होणारे उपसिद्धान्त असतात. या ठिकाणी गुरुत्वाकर्षणाचा सिद्धान्त हा मूलभूत सिद्धान्त आहे आणि ग्रहाच्या आकारावर अवलंबून असलेल्या विशिष्ट शक्तीच्या जोरावर (ओढीवर) तो आधारलेला आहे.

निसर्गविज्ञान सर्वप्रथम मूलभूत निसर्गनियम शोधण्याचा प्रयत्न करते. हे मूलभूत निसर्गनियम शोधत असताना निसर्गाचे जास्त जास्त विशाल पैलू ते विचारात घेते. सामाजिक नियम हीच गोष्ट सामाजिक जीवनाबाबत करतात. विज्ञाने आपले क्षेत्र अधिकाधिक विस्तीर्ण करण्याचा प्रयत्न करतात; आणि या प्रक्रियेत काही मूलभूत समजले गेलेले सिद्धान्त उपसिद्धान्त बनतात. विज्ञानाचा सततचा प्रयत्न अधिकाधिक सखोल आणि विस्तृत बनण्याचा असतो.

भौतिकी, रसायनविज्ञान, राज्यशास्त्र किंवा अर्थशास्त्र अशा कोणत्याही विवक्षित क्षेत्रातील नव्हे, तर विज्ञानाप्रमाणेच सर्वसामान्य सिद्धान्तांचा शोध म्हणजे तत्त्वज्ञान. ते मानवी जीवनाच्या कोणत्याही एका अंगाचा नव्हे, तर संपूर्ण मानवी जीवनाचाच विचार करते. माणसाचे तीन संबंध आणि त्यांचा परस्परांशी असलेला संबंध यांचा

विचार करण्याचा ते प्रयत्न करते. किंवा निदान त्याने तो केला पाहिजे. तत्त्वज्ञानाने हे संबंध आणि त्यांच्यातील परस्परसंबंध स्पष्ट केले पाहिजेत आणि त्यांची एका सर्वसाधारण चौकटीत किंवा प्रणालीत व्यवस्था लावली पाहिजे. हे करत असताना इतर अनेक सिद्धान्तांबरोबर विविध विज्ञानांनी शोधून काढलेले सिद्धान्त तत्त्वज्ञानाने विचारात घ्यायला हवेत; आणि एका सर्वसमावेशक रचनेत त्यांची व्यवस्था लावायला हवी. परंतु तत्त्वज्ञान म्हणजे फक्त विज्ञानांचे विज्ञान आहे, असा याचा अर्थ नाही. ते त्याहूनही खूप काही आहे. काही झाले, तरी इतर विज्ञानांनी विकसित केलेल्या संकल्पना आणि विधाने यांचे संकल्पनेच्या पातळीवरील फक्त विश्लेषण म्हणजे तत्त्वज्ञान नव्हे. कारण सत्यशोधनासाठी विज्ञानाखेरीज इतरही मार्ग असतात. उदाहरणार्थ, विज्ञानाखेरीज इतर मार्गांनी सत्याचा शोध घेणारी 'आध्यात्मिक' विज्ञाने. उदाहरणार्थ, नुसते मानसशास्त्रच असते, असे नाही, तर अतींद्रिय मानसशास्त्रही असते. अर्थात, या विज्ञानेतर सत्यशोधनाचे परिणाम विज्ञानाच्या परिणामांप्रमाणेच तर्कशुद्ध प्रक्रियेतूनच तपासून पाहिले पाहिजेत. परंतु विज्ञान हा सत्यशोधनाचा एकमेव मान्य मार्ग आहे असे मात्र आता म्हणता येणार नाही. सत्यशोधनाच्या प्रत्येक दाव्याची दखल तत्त्वज्ञानाने घेतली पाहिजे. अट एवढीच, की कोणत्याही दाव्याला अंतिम मान्यता देताना तत्त्वज्ञानाने तर्कशुद्ध पद्धतीचा काटेकोरपणे अवलंब केला पाहिजे. सत्यशोधनाच्या पद्धती वेगवेगळ्या असू शकतील, पण सत्याची कसोटी मात्र अन्य बाबतींतल्या इतकीच काटेकोर असली पाहिजे. एखाद्याला अंत:प्रेरणेने सत्य सापडू शकेल; पण त्या सत्याचे मूल्यमापन मात्र अंत:प्रेरणेने करता येणार नाही. सत्याविषयीचे सर्व दावे तार्किक विश्लेषणाच्या कसोटीला उतरले पाहिजेत. संकल्पनात्मक विश्लेषण हा या तार्किक विश्लेषणाचा एक भाग आहे.

आतापर्यंत केलेल्या विवेचनाच्या प्रकाशात आपल्याला पत्रकारितेच्या मूलतत्त्वांचा, म्हणजे पत्रकारितेच्या क्षेत्रात लागू होणाऱ्या सर्वसाधारण नियमांचा व सिद्धान्तांचा विचार करावयाचा आहे. उदाहरणार्थ, वृत्त किंवा बातमी म्हणजे काय असा प्रश्न आपण उपस्थित करायला हवा. त्यातूनच इतर संबंधित प्रश्न निर्माण होतील. उदाहरणार्थ, वृत्त किंवा बातमी मानवाच्या दृष्टीने का महत्त्वाची आहे? अचूक बातमी मिळविणे शक्य आहे का? वृत्तपत्र म्हणजे काय? वाचकाला आकर्षित करणारी, राजकारण्यांना भुरळ घालणारी आणि सत्ताधाऱ्यांना भयभीत करणारी अशी कोणती शक्ती वृत्तपत्रांकडे असते? वृत्तपत्राभोवती गोळा होणाऱ्या सत्तागटाचे स्वरूप काय असते? एखादे वृत्तपत्र या सत्तागटापासून मुक्त राहू शकते का? वृत्तपत्राला समाजाबद्दलची आणि स्वत:बद्दलची कर्तव्ये कोणत्या परिस्थितीत पार पाडता येतात? या प्रश्नांचा

विचार करू लागलो की आपण इतर प्रश्नांपर्यंत पोचतो. पत्रकारितेच्या वाढीला पोषक ठरणारी किंवा तिच्यावर बंधने आणणारी परिस्थिती कोणती? कोणत्या समाजात वृत्तपत्र स्वत:शी आणि समाजाशी प्रामाणिक राहू शकते? वृत्तपत्रीय नीतिशास्त्र म्हणजे काय? पत्रकारिता आणि साहित्य यांत कोठे व कोणता फरक आहे? या आणि अशा प्रश्नांचा आपल्याला पुढील प्रकरणांतून विचार करायचा आहे.

◆

बातमी म्हणजे काय?

बातमी म्हणजे काय? वर्तमानपत्र म्हणजे काय? पत्रकार कोणाला म्हणावे? प्रथम आपण पत्रकाराची गुणवैशिष्ट्ये कोणती, याची चर्चा करू.नारद हा जगातला पहिला पत्रकार किंवा बातमीदार होय असे म्हणण्याची काही जणांची पद्धत आहे. पण याकडे फारशा गंभीरपणे लक्ष देण्याची गरज नाही. याचे साधे कारण असे, की काटेकोरपणाने पाहायचे झाल्यास शास्त्रीय चर्चेत पौराणिक दाखले देता येत नाहीत. त्यामुळे मुद्दा स्पष्ट होण्याऐवजी गोंधळच उडण्याचा संभव अधिक. काही झाले तरी नारदाची लावालाव्या करण्याची आवड एखाद्या गंभीर प्रकृतीच्या पत्रकाराला प्रेरणा देत नाही. अहंकारी देवांच्यामध्ये कलहाची बीजे पेरण्याची किंवा वाट चुकलेल्या शक्तिशाली व्यक्तींना शुद्धीवर आणण्याची नारदाची नैतिक इच्छा ह्यांपैकी एखादी गोष्ट पत्रकाराला कार्यप्रवृत्त करीत नाही.

इतर काही जण मध्ययुगीन बखरनवीसांचे वर्णन आधुनिक पत्रकारितेचे अग्रदूत असे करतात. महत्त्वाच्या घटनांचे वृत्तांत आपल्या धन्यांकडे पाठविणे हे बखरनवीसांचे काम असे. परंतु आधुनिक पत्रकार हा काही अशा तऱ्हेचा बखरनवीस नव्हे. वृत्तपत्र म्हणजे घटनांचा कालबद्ध वृत्तान्त हे खरे आहे. परंतु माणसांच्या दृष्टीने महत्त्वाच्या आणि माणसांच्या माहितीसाठीच असलेल्या अशा घटनांचा हा वृत्तांत असतो. माणसांशी संबंधित असलेल्या माणसांच्या हितसंबंधांवर परिणाम करणाऱ्या घटना आणि कुठल्या ना कुठल्या कारणाने बहुसंख्य माणसांना रस वाटेल, अशा घटनांमधेच पत्रकाराला स्वारस्य असते. पत्रकारिता हा एक उत्कृष्ट असा सार्वजनिक व्यवसाय आहे, खासगी नाही. काही नियतकालिके अर्थातच काही खास किंवा लहान गटाच्या गरजा भागविणारी असतात. पण त्यांचा वाचकवर्गही आधी निवडलेल्या व्यक्तींचा किंवा व्यक्तिसमूहांचा नसतो. अर्थात, अभियांत्रिकी विषयाचे नियतकालिक हे अभियंते व त्या विषयाचे विद्यार्थी यांच्यासाठी असते; काही विशिष्ट निवडक अभियंते किंवा विद्यार्थी– उदाहरणार्थ, मुंबई किंवा दिल्लीच्या आय्. आय्. टी. चे विद्यार्थी– यांच्यासाठी नसते. एखाद्या औद्योगिक संस्थेतील कामगारांसाठी असलेली गृहपत्रिका किंवा महाविद्यालयीन विद्यार्थ्यांसाठी नियतकालिके असतात. पण त्यांना खऱ्या अर्थाने वृत्तपत्र किंवा नियतकालिक म्हणता येणे कठीण आहे. एखाद्या औद्योगिक संस्थेच्या 'गृहा'च्या सभासदांची संख्या मोठी असते आणि ते सभासद एकमेकांशी व त्या संस्थेशी असलेल्या त्यांच्या संबंधांमुळे जोडलेले असतात, म्हणून या

गृहपत्रिका छापल्या जातात. अशा, वर्गीकरण किंवा व्याख्या करता न येणाऱ्या गृहपत्रिका अधल्यामधल्या प्रकाराचे प्रतिनिधित्व करतात. याच अर्थाने जीवन नेहमी तर्काला झुगारून देते. तर्काच्या मुशीत जीवन व्यवस्थितपणे बसविता येत नाही. प्रत्यक्ष जीवनानुभवांतून निघालेल्या गोष्टींच्या व्याख्या किंवा स्पष्टीकरणे म्हणजे नेमकेपणाच्या जवळपास येणारे अंदाज असतात. पण त्यांचीही गरज असते. कारण सामाजिक नियमांमुळे समाजजीवन सुलभ बनते. त्यांना काही व्यावहारिक मूल्य असते. असे अंदाज सर्व घटनांना पूर्णत: लागू पडणार नाहीत, परंतु तरीसुद्धा ते आवश्यक असतात. कारण जीवनाच्या विविध अंगोपांगांमध्ये काही एक व्यवस्था निर्माण करून ते जगणे शक्य करतात. काही झाले, तरी बखरनवीसांच्या बखरी त्यांच्या एका किंवा अनेक मालकांसाठी आणि फक्त त्यांच्यासाठीच असत. म्हणून बखरनवीसांना खऱ्या अर्थाने 'पत्रकार' असे संबोधता येणार नाही.

बातमी या शब्दाचे सार्वजनिक स्वरूप 'न्यूज' या इंग्रजी शब्दाच्या व्युत्पत्तीमधून* सूचित होते. NEWS ही चार अक्षरे म्हणजे पृथ्वीच्या चार दिशांच्या इंग्रजी नावांची आद्याक्षरे आहेत. N-North नॉर्थ (उत्तर), E-East ईस्ट (पूर्व), W-West वेस्ट (पश्चिम) आणि S-South साऊथ (दक्षिण). याचा अर्थ असा, की पूर्व, पश्चिम, दक्षिण, उत्तर अशा सर्व दिशांतून, सर्व बाजूंनी, सर्व विभागांतून येणाऱ्या वृत्तांतांनी बातमी घडते. बातमीच्या निवडीचा एकच निकष, म्हणजे बहुसंख्य वाचकांचा 'इंटरेस्ट'. येथे 'इंटरेस्ट' या शब्दाला दोन अर्थ आहेत. माणसांचे महत्त्वाचे हितसंबंध हा एक अर्थ; आणि दुसरा असा, की माणसांना या ना त्या कारणाने ज्यांत रुची आहे, अशा गोष्टी किंवा घटना. एखाद्या शहराचा पाणीपुरवठा जर एक दिवस बंद राहणार असेल, तर तेथे राहणाऱ्या जवळजवळ प्रत्येकाच्या दृष्टीने ही बातमी अतिशय महत्त्वाची ठरते; पण पावसामुळे एखादा क्रिकेटचा सामना सोडून द्यावा लागला, तर त्या बातमीचे महत्त्व फक्त क्रिकेट-शौकिनांच्या पुरते मर्यादित असते.

आज आपल्याला माहीत असलेल्या स्वरूपातील वृत्तपत्रांचा उदय आधुनिक काळात झाला, हा केवळ योगायोग नव्हे. हा केवळ मुद्रणकलेच्या शोधाचा प्रश्न नव्हता. मुद्रण हे केवळ एक साधन आहे. एखादी गोष्ट मोठ्या प्रमाणावर प्रसृत करण्याची निकड भासू लागली, म्हणून वृत्तपत्राची आवश्यकता निर्माण झाली. प्रथम मोठ्या प्रमाणावरील वाचकवर्ग निर्माण होण्याची गरज होती. शिक्षणाचा प्रसार आणि त्याहून जास्त सार्वजनिक गोष्टींमधील वाचकांची वाढती रुची यांमुळे समाजात जे बदल घडून आले, त्यातून असा वाचकवर्ग अस्तित्वात आला. अशा तऱ्हेचा वाचकवर्ग निर्माण होण्यापूर्वीचा मानव-समाज इतका विभागलेला होता, की हितसंबंध

विभागीय होते आणि सर्वसाधारणपणे माणसांना व्यक्तिगत आणि कौटुंबिक भवितव्यातच रस होता. समाजाच्या विविध घटकांवर सारखाच परिणाम करणाऱ्या धर्मासारख्या काही गोष्टी अर्थातच होत्या. पण धर्म ही तुलनेने एक अपरिवर्तनीय गोष्ट होती आणि तिची काळजी घेण्याचे काम कीर्तन, प्रवचनासारख्या सुस्पष्ट स्वरूपाच्या संस्थात्मक गोष्टी करीत होत्या. ताबडतोब माहीत व्हायलाच हवे, असे काही रोजच्या रोज घडतच नसे. जे काही घडत असे, त्याचा समाजाच्या काही विभागांवर परिणाम निश्चितच होत असे. पण आपल्या सभासदांना त्याची माहिती कशी द्यायची, याची नीटपणे ठरलेली एक व्यवस्था असे; आणि घडणाऱ्या घटनांची बातमी मोठ्या प्रमाणावर आणि खुलेपणाने प्रसृत करण्याची आवश्यकता नसे.

समाजाच्या उच्च थरांत घडणाऱ्या मोठ्या बदलांचे परिणाम सर्वसाधारण लोकांच्या हितसंबंधांवर होत असत हे खरे; पण ते त्वरित आणि आजच्या इतक्या मोठ्या प्रमाणावर होत नसत. उदाहरणार्थ, मध्ययुगीन भारतात सत्तेवरील राजघराण्यात होणारे बदल किंवा परकी राजाने मुलुख पादाक्रांत करणे, यामुळे समाजाच्या वरच्या थरातील सरदारांत किंवा त्यांच्यावर अवलंबून असलेल्या त्यांच्या नजीकच्या माणसांच्या आयुष्यात बदल घडत. काही वेळा ते अतिशय महत्त्वाचेही असत. पण त्यांचा सामान्य शेतकऱ्याच्या हितसंबंधांवर सखोल परिणाम होत नसे. निदान नजीकच्या भविष्यात तरी होत नसे. तो त्याचे संकुचित वैयक्तिक हितसंबंध आणि इतर काळज्या यामध्येच गुंतलेला असे. उच्च थरांतील बदल हळूहळू तळापर्यंत झिरपत; पण तातडीने लक्ष द्यावे, इतके त्यांचे प्रमाण आणि स्वरूप मोठे नसे. शिवाय ते तसे पोचले असते, तरी त्यांच्यापासून आपले संरक्षण करण्यासाठी त्यांना काहीही करता येणे शक्य नसे; आणि त्यामुळे अशा घटनांच्या बातम्या बहुश: निरुपयोगी ठरल्या असत्या. अशा बातम्यांमुळे माणसांचे कुतूहल कदाचित शमले असते. पण अशा तऱ्हेचे कुतूहल निर्माण करील, असे प्रशिक्षण किंवा सामाजिक वातावरण खालच्या थरांत नव्हते. आणि असले, तरी ते फार बळकट नव्हते.

पण आज तसे नाही. दिल्लीला शासनात झालेला बदल अगदी दूरवरच्या खेड्यांतील माणसांवरही काही प्रमाणात परिणाम करतो; आणि त्यांनाही त्याची जाणीव नभोवाणी व कदाचित वृत्तपत्रे करून देतात. त्यांच्यापैकी निदान काहीजण तरी या बदलामुळे आपल्या आयुष्यावर आणि आपल्या खेड्यातील जीवनावर होणाऱ्या परिणामांबद्दल विचार करू लागतात. केवळ औपचारिक शिक्षणच नव्हे, तर नभोवाणी, चित्रवाणी, वृत्तपत्रे आणि प्रवास यांतून झालेल्या शिक्षणाच्या प्रसारामुळे भारतात आणि भारताबाहेर घडणाऱ्या घटनांमध्ये म्हणजेच चालू घडामोडींमध्ये रुची असणारा मोठा वर्ग निर्माण झाला आहे.

बातमी ही आता काही निवडक थोड्या व्यक्तींच्यापुरती मर्यादित असलेली चैन राहिलेली नाही. ती आता बहुसंख्य व्यक्तींची गरज बनली आहे. निव्वळ जगण्यासाठी आणि आजच्या व्यामिश्र समाजाबरोबर राहण्यासाठी माणसाला माहिती मिळणे अत्यावश्यक झाले आहे.

बातमी, म्हणजे माहिती, असे म्हणणे म्हणजे आजच्या समाजातील तिचे महत्त्व अधोरेखित करणे होय. नियमितपणे होणाऱ्या माहितीच्या पुरवठ्यावर माणसाचे आयुष्य अवलंबून असते, हे लक्षात ठेवले पाहिजे. त्याचे आयुष्य या पुरवठ्यावरच आधारलेले असते. खरे पाहता ही गोष्ट प्रत्येक प्राण्याच्या बाबतीत खरी असते. आपल्याला 'माहिती'चा कोणता अर्थ येथे अभिप्रेत आहे? त्यासाठी आपल्याला काही मूलभूत तथ्ये विचारात घ्यायला हवीत. मानव हा निसर्गाचा एक घटक आहे आणि निसर्गाचे इतर घटक आत्मसात करून तो जगतो. इतर सर्व प्राण्यांप्रमाणेच माणसालाही जगण्याच्या तीव्र इच्छेमुळेच प्रेरणा मिळते. तीव्र जीवनेच्छेच्या अस्तित्वासाठी कुठलाही सविस्तर पुरावा देण्याची आवश्यकता नाही. ॲण्डीज् पर्वतात कोसळलेल्या विमानातील प्रवाशांची हकीगत हा पुरेसा पुरावा आहे. जगण्यासाठी कोणत्याही थराला जाण्याची माणसाची तयारी असते, हे या घटनेने दाखवून दिले आहे. ऐन हिवाळ्यात या पर्वतात एक विमान कोसळले. पर्वतावर बर्फाचा जाड थर पसरला होता. त्यामुळे तीन महिने त्या प्रवाशांची सुटका होऊ शकली नाही. अखेरीस फक्त १६ प्रवासी जिवंत राहिले. इतका दीर्घकाळ जिवंत राहण्यासाठी त्यांना मृत सहप्रवाशांचे मांस खावे लागले. जगण्यासाठी माणूस कोणत्याही थराला जातो हेच यावरून दिसून येते. सर्वसामान्यपणे निसर्गाचे फक्त योग्य ते घटक आत्मसात करूनच माणूस जगू शकतो. आपण जे खातो आहोत, ते विष नसून अन्न आहे; जे पितो, ते ॲसिड नसून पाणी आहे, याची त्याला खात्री असायला हवी. याचा अर्थ असा, की तो आयुष्यभर निसर्गाकडून जे घटक घेतो, त्यांबद्दलची अचूक माहिती त्याने मिळवायला हवी. अन्न, पाणी यांसारखे ते घटक नेहमी मूलभूत नसतात. पुष्कळदा ते खूपच अधिक गुंतागुंतीचे, प्रक्रिया करून सुधारलेले असतात. पण ते जीवनोपयोगी निसर्गाचे घटक असावे लागतात; आणि त्यांच्यामुळे आपल्याला धोका पोचणार नाही याची खात्री पटण्याएवढी त्या वस्तूंबद्दलची अचूक माहिती माणसाला असायला हवी. माणसाच्या तग धरून जिवंत राहणे व हित या गोष्टी अशा अचूक माहितीवर अवलंबून असतात. म्हणून आपण निसर्गाचे जे घटक आत्मसात करतो किंवा वापरतो, त्यांबद्दलची अचूक माहिती जमा करण्याचा माणसाचा सतत प्रयत्न असतो.

ज्ञानेंद्रिये ही माहिती मिळविण्याची मुख्य साधने होत. इतर मनःशक्तींचे साहाय्य व आधार मिळालेल्या ज्ञानेंद्रियांमार्फत आपण आत्मसात करीत असलेल्या गोष्टींचे अचूक ज्ञान मिळविणे माणसाला शक्य होते. निसर्गाचे आवश्यक ते घटक चांगले आत्मसात करून घेता येण्याइतक्या सजीवांच्या मेंदूच्या शक्ती (ज्ञानेंद्रियांचा त्यांत समावेश असतो) काळाच्या ओघात विकसित झालेल्या असतात. यामध्ये माणूस इतर प्राण्यांपेक्षा फार पुढे आहे आणि त्यामुळेच त्याने इतर प्राण्यांना आपल्या दावणीला बांधून एक अभिमानास्पद संस्कृती विकसित केली आहे. पत्रकारिता ही या संस्कृतीची एक महत्त्वाची निर्मिती आहे. माणसाला निव्वळ जीवन-व्यवहारासाठी आवश्यक असणाऱ्या माहितीचे उगमस्थान म्हणून ती काम करते. त्याचप्रमाणे ती संस्कृती वापरण्याचे आणि विकसित करण्याचे पत्रकारिता हे एक साधनही आहे.

वाचकांना अचूक माहिती देणे किंवा वस्तुनिष्ठ बातमी देणे हे वृत्तपत्रांचे कर्तव्य कसे ठरते, हे वरील विवेचनावरून स्पष्ट होईल. ज्या अर्थी वाचकवर्ग अचूक माहितीच्या पुरवठ्यावर अवलंबून असतो आणि अशी माहिती मिळवण्याचे वृत्तपत्र हे एक महत्त्वाचे साधन असते; आणि ज्याअर्थी वृत्तपत्रांचे अस्तित्व आपल्या वाचकवर्गाच्या अस्तित्वावर अवलंबून असते, त्याअर्थी रंगरंगोटी न केलेली अचूक माहिती किंवा वस्तुनिष्ठ बातमी देणे हे वृत्तपत्रांचे केवळ वाचकांबद्दलचेच नव्हे, तर स्वतःबद्दलचेही कर्तव्य ठरते.

नीतितत्त्वे

वृत्तपत्र हे प्रचाराचे हत्यार नसून शिक्षणाचे साधन का आहे, हे यावरून स्पष्ट होईल. शिक्षण आणि प्रचार यांत कोणता फरक आहे?

माणसाला घटनांची, परिस्थितीतील घटितांची अचूक माहिती देणे, त्या घटनांना योग्य तो प्रतिसाद द्यायला त्याला शिकवणे आणि या प्रक्रियेद्वारे त्याच्यात स्वतः विचार करण्याची कुवत निर्माण करणे म्हणजे शिक्षण देणे. या उलट, प्रचारामागे एखादा विशिष्ट दृष्टिकोण असतो. प्रचारक हा विशिष्ट मतांचा प्रचार करत असतो, आणि या मतांना सत्याची प्रतिष्ठा आहे असा त्याचा दावा असतो. त्याच्या दृष्टीने फक्त त्याचा स्वतःचा दृष्टिकोणच खरा असतो, फक्त त्याचेच निष्कर्ष अचूक असतात, आणि फक्त त्याचेच सिद्धांत म्हणजे घटनांचे नेमके वर्णन असते. आपण ज्याला सत्य समजतो, त्याला कुणीही आव्हान देऊ शकणार नाही अशी त्याची खात्री असते. आणि स्वतःचे नुकसान होण्याचा धोका पत्करूनच जगाने ते नाकारावे असे त्याला वाटते. सतत बदलत्या व्यामिश्र वास्तवाला एखाद्या अपरिवर्तनीय

सूत्रात बसवणे कदाचित मानवाला अशक्य आहे असा विचार करण्यासाठी तो थांबत नाही. आपली सर्व सैद्धांतिक सूत्रे म्हणजे एखाद्या परिस्थितीच्या खरेपणाबद्दलचे जुजबी अंदाज असतात. आणि ज्याला आपण सत्य किंवा अंतिम सत्य म्हणतो, ते विश्वाइतकेच विशाल आहे आणि विश्वाबरोबरच संपणारे आहे आणि आपली सत्ये म्हणजे त्या सत्याचे कमी-जास्त प्रमाणांतील नेमके पैलू असतात, ही वस्तुस्थिती तो विचारात घेत नाही. अगदी साध्या, प्राथमिक बाबींमध्येच आपली सत्ये वस्तुस्थितीबद्दलचा अंदाज वर्तवू शकतात. परंतु सर्व गुंतागुंतीच्या घटनांच्या बाबतीत, त्यांना व्यवस्थित सूत्रात बसविणाऱ्या आकलनाच्या विरोधात सर्व तथ्ये जातात. कोणतेच सूत्र नसण्यापेक्षा काही तरी सूत्र असणे चांगले, हे खरे. पण स्वत: मांडलेल्या सूत्रांबद्दल जर एखाद्याची भावना नम्रतेची नसेल, तर तो सावधपणाला वाऱ्यावर उधळून देऊन चुकीच्या सूत्रीकरणाशी आपल्याला जखडून घेण्याची आणि त्यामुळे गंभीर स्वरूपाचा प्रमाद करण्याची शक्यता असते. कोणत्याही शिक्षकाला याची खोल जाणीव असते. सैद्धान्तिक सूत्रीकरणाचे महत्त्व तो नाकारत नाही; पण ती सूत्रे पूर्णत: चुकीची असण्याच्या शक्यतेबद्दल तो सावध असतो. म्हणून तो त्याच्या विद्यार्थ्यांना सर्व पर्यायी सूत्रांचा परिचय करून देतो आणि एखाद्या परिस्थितीबद्दल उपलब्ध असणाऱ्या सर्व तथ्यांच्या प्रकाशात विविध सूत्रीकरणांचे परीक्षण करायला त्यांना शिकवतो. याच पद्धतीमुळे विद्यार्थी सर्व उपलब्ध पुराव्यांचा अभ्यास करायला शिकतो, सर्व स्पर्धक सिद्धान्त (त्यांना तो गृहित प्रमेये मानतो) पुराव्याच्या प्रकाशात तपासून पाहायला आणि त्यांची यथार्थता ठरवायला शिकतो. या पद्धतीमुळे त्या विद्यार्थ्यांना सुबद्ध सिद्धान्त मिळू शकत नाहीत. (हे सिद्धान्त म्हणजेच वस्तुस्थिती असेही ते मानण्याचा संभव असतो.) पण ही पद्धत निश्चितपणे त्यांना स्वत: विचार करायला शिकवते. प्रत्यक्षात यामुळे त्यांना कोणत्याही निश्चित परिस्थितीला तोंड द्यायला जास्त बळ मिळते. ही परिस्थिती म्हणजे बदलत्या वास्तवाचे प्रतिबिंबच असल्यामुळे ती कधीही कायम स्थिर आणि ठरीव नसते. म्हणून शिक्षक इतरांना विचार करायला शिकवतो, तर प्रचारक हा इतरांना ठराविक दिशेने– स्वत:च्या दिशेने– विचार करायला भाग पाडण्याचा प्रयत्न करतो.

पत्रकाराने प्रचारक नाही, तर शिक्षक बनले पाहिजे. तथ्ये सांगणे, गोष्टी जशा आहेत तशाच वाचकांना सांगणे आणि त्यांची अर्थपूर्णता जोखण्याबाबत वाचकांना मार्गदर्शन करणे हे पत्रकाराचे काम आहे. माहिती देणे हे वृत्तपत्राचे सर्वांत महत्त्वाचे कर्तव्य आहे, हे एकदा मान्य केले की ते एखादे ठरीव सूत्र किंवा सुबद्ध सिद्धान्त अग्रक्रमाने स्वीकारू शकत नाही. याचे साधे कारण असे, की प्रचारकी सिद्धान्त हा रंगीत चष्म्यासारखा असतो. त्यातून दिसणारी प्रत्येक गोष्ट त्या काचेच्या रंगानेच रंगलेली दिसते. असंख्य तथ्यांच्या गोंधळाला दिशा लावण्यात एखाद्या सिद्धान्तामुळे

अर्थातच मदत होते, पण त्या सिद्धान्तातून अनेक तथ्ये सुटून जातात आणि इतर काही विकृत केली जातात. कुठलाही सिद्धान्त स्वीकारला, तरी त्याबद्दल पत्रकाराने थोडे साशंक असावे, हे बरे. याचा अर्थ असा, की त्याने तो सिद्धान्त तात्पुरताच स्वीकारावा. उपदेश करणे नव्हे, तर माहिती पुरविणे हे आपले काम आहे, हे त्याने नेहमी लक्षात ठेवले पाहिजे. म्हणून त्याचा मोहरा प्रामुख्याने तथ्यांकडे असला पाहिजे. म्हणूनच 'बातमी पवित्र असते, आणि टिप्पणी मुक्त' अशी म्हण पत्रकारितेत रूढ झाली आहे. यातील 'मुक्त' हा शब्द महत्त्वाचा आहे. त्याला दोन अर्थ आहेत. बातमीचा अर्थ आपल्याला आवडेल तसा लावण्यास तुम्ही मुक्त आहात– यातून एक तऱ्हेचा बेजबाबदारपणा देखील सूचित होण्याची शक्यता आहे– एवढाच अर्थ येथे अभिप्रेत नाही, तर कोणत्याही पूर्वसिद्ध विचारसरणीची गुलाम नसणे या अर्थानेही तुमची टीका-टिप्पणी मुक्त असली पाहिजे.

वाचकांना अचूक माहिती पुरविता यावी, यासाठी स्वत: अचूक माहिती मिळविण्याची क्षमता वृत्तपत्रांमध्ये असली पाहिजे. त्यांचे बातम्यांचे उगमस्रोत निर्दोष असले पाहिजेत. याचाच अर्थ असा, की वृत्तपत्रांच्या वार्ताहरांजवळ वस्तुनिष्ठ बातमी मिळविण्याची पात्रता आणि सचोटी असायला हवी. हल्लीच्या काळात वृत्तपत्रांच्या वार्ताहरांवर भ्रष्टाचार व जुलूम यांचा प्रभाव पडण्याच्या अनेक संधी खुल्या असतात. वाचकांना विश्वासार्ह बातमी पुरविण्याचे सर्वांत महत्त्वाचे कर्तव्य पार पाडण्यासाठी या वार्ताहरांजवळ भ्रष्ट आणि जुलमी प्रभाव दूर ठेवण्याची आणि आपल्या व्यवसायाचे पावित्र्य राखण्याची क्षमता असायला हवी.

ही अगदी प्राथमिक बाब झाली. पण ही समस्या इतकी साधी किंवा स्पष्ट आहे का? कोणाही वार्ताहराला किंवा त्याच्या संपादकाला त्याने कितीही सच्चेपणाने किंवा कठोरपणे प्रयत्न केला, असे गृहित धरले तरी काटेकोरपणे वस्तुनिष्ठ राहणे शक्य आहे का? प्रयत्न कितीही प्रामाणिक आणि कठोर असला, तरी वस्तुनिष्ठता ही फक्त प्रयत्नाने साध्य होण्यासारखी गोष्ट आहे का?

बातमी किंवा माहिती मिळवण्याच्या समस्येचा विचार करू. सर्व अडथळे ओलांडले आणि आवश्यक ती सर्व सावधगिरी बाळगली, तरी मिळविलेली बातमी खऱ्या अर्थाने वस्तुनिष्ठ असेलच असे नाही. आपण जे पाहतो, ऐकतो, वास घेतो, अनुभवतो ते वस्तुनिष्ठ व वस्तुस्थितीचे पुरेसे निदर्शक असतेच, असे नाही. आपली ज्ञानेंद्रिये आपल्याला फसविण्याचीही शक्यता असते,

आपण ज्याद्वारे बघतो, ऐकतो, वास घेतो, स्पर्श करतो, चव घेतो– थोडक्यात माहिती गोळा करतो, ती साधनसामग्री पाहा. आकलन ही जाणण्याची प्रक्रिया आहे.

ती एक अतिशय निवड करणारी प्रक्रिया आहे. ज्ञानेंद्रियांकडून येणाऱ्या पुरवठ्याबरोबर ती सुरू होते. लाखो प्रेरकांचा एखाद्या सजीवावर हल्ला होतो (तसा तो नेहमीच चालू असतो), तेव्हा त्या सगळ्यांची दखल घ्यायची म्हटले, तर तो सजीव कोलमडून पडेल. सर्व बाजूंनी घेरणाऱ्या प्रेरकांमधून निवड करणे त्याला भाग पडते. एकच ज्ञानेंद्रिय वापरण्यात त्या सजीवाला रुची असते, तेव्हाही हीच गोष्ट लागू पडते. तो त्याच्या त्या वेळच्या गरजा आणि अपेक्षांनुसार निवड करतो. तुम्ही भुकेले असताना जर बाजारातून जाऊ लागलात, तर खाद्यगृहांच्या नावाच्या पाट्या आणि खाद्यपदार्थांचे वास यांच्यामुळे तुमचे अवधान इतर कशाहीपेक्षा जास्त विचलित होईल. एखादी स्त्री साडी-खरेदीसाठी बाजारात गेली, तर साडी-दुकाने वगळता इतर सर्व दुकानांकडे ती दुर्लक्ष करेल. आकलनाच्या क्रियेत एका अर्थाने चेतकांची संख्या अमाप असते आणि दुसऱ्या अर्थाने अपुरी असते. उदाहरणार्थ, तुम्ही जेव्हा टेबल पाहता, तेव्हा टेबलाचे सर्व भाग तुमच्या दृष्टीच्या टप्प्यात येत नाहीत. कारण ते सर्वच दृश्य नसतात. टेबलांबद्दलच्या आपल्या पूर्वानुभवांतून आपल्याला त्यांचे अनुमान करावे लागते. आपले पूर्वानुभव आणि पूर्वानुभवांवर आधारलेल्या भविष्याबद्दलच्या आपल्या अपेक्षा आपल्या आकलन-क्रियेचे स्वरूप ठरवतात. पूर्वानुभवाची मदत नसेल, तर आकलन-क्रिया सरळ थांबेल. ज्ञानग्रहणाची साधने प्राथमिक टप्प्यात बंद पडतील. बागेतून हिंडताना तुम्ही सापासारखे काही पाहता, तेव्हा प्रत्यक्षात तुम्ही फक्त एक साधा रंगीत आकार पाहता. तो रंग आणि तो आकार काही तुम्हाला असे सांगत नाहीत, की आपण साप आहोत. पण तुम्ही पूर्वी कदाचित साप बघितलेले असतात; निदान सापांची चित्रे बघितलेली असतात. साप म्हणजे काय, हे तुम्हाला पुस्तकांतून आणि इतर ठिकाणांहून कळलेले असते. या सगळ्याची तुमच्या मेंदूत नोंद झालेली असते. तुम्ही जे जे अनुभवता, त्या सगळ्याचे ठसे तुमच्या मेंदूवर उमटलेले असतात. कॅनेडिअन मज्जातज्ज्ञ डॉ. वाइल्डर पेनफिल्ड यांनी इलेक्ट्रोड्सच्या साहाय्याने मेंदूच्या काही भागांना चेतना देऊन हे मोठ्या प्रमाणात दाखवून दिले आहे. या भागांना जर पुरेशी चेतना दिली गेली, तर पूर्वीचे अनुभव तुम्ही पुन्हा जगू शकता. सामान्यतः ऐंद्रिय परिणामांमुळे तुम्हाला पूर्वीचे अनुभव आठवतात. म्हणून तुम्ही जेव्हा सापासारखी रंगीत वस्तू बघता, तेव्हा या ऐंद्रिय ठशाची तुलना तुमच्या मेंदूत तयार झालेल्या सापाच्या प्रतिमेशी– संकल्पनेशी– केली जाते. ही तुलना म्हणजे बहुतेक वेळा एक प्रकारचा संवाद असतो असे जे. ब्रॉनोवस्की यांनी आपल्या 'माणसाची ओळख' (आयडेंटिटी ऑफ मॅन) मध्ये दाखवून दिले आहे. अर्थात, आपण नाट्यीकरण करतो आहोत, असा इशारा वाचकांना देण्याची त्याने काळजी घेतली आहे. त्याच्या मते संवादाचे स्वरूप काहीसे पुढीलप्रमाणे असते: समजा, तुम्ही ध्रुव प्रदेशात गेलात आणि अंगावर पट्टे असलेला मोठा प्राणी पाहिलात, तर

विषुववृत्तीय प्रदेशातील पट्टेवाल्या प्राण्यांच्या तुमच्या अनुभवावरून तुम्ही म्हणता, की 'हा झेब्रा आहे.' पण एकाएकी तुमचे मन जागृत होऊन तुम्हाला सांगते, की ध्रुव प्रदेशात झेब्रे नसतात. मग ध्रुव प्रदेशात अस्वले असतात, हे माहीत असल्यामुळे तुम्हाला वाटते, की हे अस्वल आहे. पण मग तुम्हाला आठवते, की अस्वलाच्या अंगावर पट्टे नसतात. मग थोडा अधिक विचार करून तुम्ही असा निष्कर्ष काढता, की हा प्राणी व्हेल आहे. प्रत्यक्षात ही प्रक्रिया इतकी नाट्यमय नसते आणि तिला इतका वेळही लागत नाही; पण सारतः ती अशीच असते. जेव्हा तुम्हाला कळते, की ती रंगीत सर्पसदृश वस्तू सापच आहे, साप तुमच्या आजूबाजूलाच आहे, तेव्हा तुमच्या मनात एक तर भीतीची भावना जागी होते, नाहीतर रागाची. अर्थात, ती परिस्थितीवर आणि तुमच्या स्वभावावर अवलंबून असते. काही असले, तरी काहीतरी करणे आणि तेही चटकन करणे आवश्यक असते. पण ही सक्तीची हालचाल होण्यासाठी तुमच्या मनात प्रथम तशी हालचाल करण्याची इच्छा आणि तुमच्या शरीरात आवश्यक ती ऊर्जा निर्माण होणे आवश्यक असते. तसे झाले, की तुम्ही हालचाली करता. म्हणजे एक तर सापाला मारता किंवा सुरक्षिततेसाठी लांब पळून जाता. यावरून असे दिसून येईल, की आकलन-प्रक्रिया ही टप्प्याटप्प्यांची प्रक्रिया आहे. म्हणजे प्रतिमेतून संकल्पना, संकल्पनेतून भावन, भावनेतून इच्छा आणि त्यानंतर क्रिया; आणि ही सर्व स्थित्यंतरे तुमच्या पूर्वीच्या अनुभवांवर अवलंबून असतात. उदाहरणार्थ, मेंदूत जर सापाची प्रतिमा-संकल्पना साठवली गेली नसेल, (उदाहरणार्थ, लहान मुलाचा मेंदू. त्यामुळे कदाचित सापाला खेळगे समजून मूल त्याच्याशी खेळेल.) तर क्रियेसाठी प्रवृत्त करणारी सापाची ओळखच तुम्हाला पटणार नाही. बहुसंख्य तत्त्वज्ञ आणि मनोवैज्ञानिकांच्या मताप्रमाणे आपग आकलनाच्या प्रक्रियेला प्रतिमा आणि संकल्पना ह्या प्रारंभिक टप्प्यांपुरते मर्यादित केले, तरी पूर्वानुभवांचा आश्रय घेतल्याशिवाय अचूक संकल्पना-प्रक्षेपण शक्य होणार नाही; आणि अशा प्रक्षेपणाअभावी प्रारंभिक प्रतिमा निरर्थक आणि निष्फळ होईल.

वर्तमान आकलनावर पूर्वानुभवाचे जे परिणाम होतात, त्याची अनेक उदाहरणे मनावैज्ञानिकांनी नोंदविली आहेत. उदाहरणार्थ, अमेरिकेतील एका प्रयोगात गरीब कृष्णवर्णीय आणि श्रीमंत गौरवर्णीय मुलांना डॉलरचे एक नाणे दाखवून या नाण्याचा आकार केवढा आहे, असे तुम्हाला वाटते, असे त्यांना विचारण्यात आले, तेव्हा प्रत्यक्षातील नाण्याच्या आकारापेक्षा कृष्णवर्णीय मुलांना त्याचा आकार मोठा वाटला होता, तर श्वेतवर्णीय मुलांना तो लहान वाटला.

क्षणार्ध दिसणारे दृश्य आणि ऐकू येईल, न येईल असा ध्वनी यांचा वापर करणारा आणखी एक मजेशीर प्रयोग आहे. या सूक्ष्मगतिमापक प्रयोगात अनेक

पुरुषांच्या कानांत 'होऽ(र)' (Whore = वेश्या) हा शब्द अगदी अस्पष्टपणे उच्चारण्यात आला आणि त्यांना तो शब्द ओळखण्यास सांगण्यात आले. प्रत्येकाने तो शब्द रोझी, डायना, बेट्टी, सिंथिया किंवा असे एखादे स्त्रीचे नाव आहे असे सांगितले. प्रत्यक्षात ज्या वेश्यांकडे ते जात असत,त्यांची नावे त्यांना ऐकू आली होती.

यावरून असे लक्षात येईल, की ज्ञानेंद्रियांनी पुरविलेल्या माहितीवर मेंदू संस्कार करतो. आपली आकलने वस्तुनिष्ठदृष्ट्या सहसा अचूक नसतात, कारण पूर्वानुभवांमुळे प्रभावित होण्याची त्यांची प्रवृत्ती असते. असेही म्हणता येईल, की भूतकाळातील आकलनांच्या गाळणीतून वर्तमान आकलन गाळले जाते. आता, दोन व्यक्तींचे भूतकालातील आकलनविषय समान असणार नाहीत. परिणामतः कोणतीही गोष्ट किंवा घटना यांचा आपण समान अनुभव घेतला, तरी त्या गोष्टींचे आपल्यापैकी प्रत्येकाचे आकलन एकमेवाद्वितीय असते. जसजसा काळ जाईल, तसतशी ही भिन्नता एकत्रितपणे वाढत जाणार. या भिन्नतेचे नाट्यमय पुरावे न्यायालयांकडून सातत्याने पुरविले जात असतात. एकच घटना पाहणाऱ्या दोन साक्षीदारांनी त्या घटनेचे समान कथन साक्षीदाराच्या पिंजऱ्यात किंवा बाहेर केले आहे, असे क्वचितच घडते.

वस्तुनिष्ठ पुराव्याशी सर्वांत जास्त संबंध येणारे वैज्ञानिक या परिस्थितीमुळे अतिशय निराश होतात. अन्य वैज्ञानिकांपेक्षा समाज-वैज्ञानिकांना थोडे अधिकच नैराश्य येते. कारण जीवनानुभव हीच खूप मोठ्या प्रमाणात त्यांची कच्ची सामग्री असते. समान तथ्याबद्दलच्या आपल्या समान प्रयोगांचे निष्कर्ष समान येत असल्याचे त्यांना क्वचितच आढळते. मायकेल पोलान्या या महान वैज्ञानिकाने आपल्या 'वैयक्तिक ज्ञान' (पर्सनल नॉलिज) या पुस्तकात वैज्ञानिक निष्कर्षातील व्यक्तिगत घटकावर भर दिला आहे. या अडचणीवर परस्पर-समीक्षेच्या मार्गाने मात करण्याचा वैज्ञानिक प्रयत्न करतात. अस्सल अर्थाने स्वतःला वैज्ञानिक म्हणवणारा कोणीही आपले निष्कर्ष किंवा शोध इतर वैज्ञानिकांकडून प्रत्यक्ष-अप्रत्यक्षरीत्या समीक्षा करून घेतल्याखेरीज जाहीर करीत नाही. काही वेळा ही समीक्षा म्हणजे इतर शास्त्रज्ञांच्या तशाच किंवा संबंधित शोधांशी काळजीपूर्वक केलेली तुलना असते. परस्पर-समीक्षा हा वैज्ञानिक संशोधनातला एक महत्त्वाचा पैलू असतो.

अचूक माहिती देण्यासंबंधी जो पत्रकार जागरूक असतो, त्याला अचूक आकलनात येणाऱ्या या प्राथमिक अडचणींची मर्यादा जाणवते. संपादकाची तर दुहेरी अडचण होते. बातमी देणे आणि त्यावर मतप्रदर्शन करणे हे त्याचे काम असते. बातमीचे सादरीकरण आणि बातमीचा अन्वयार्थ या दोन्हींवर त्याच्या व्यक्तिविशिष्ट घटकाचा रंग चढणे अपरिहार्य असते. मुळातच व्यक्तिविशिष्ट घटकाचा रंग असलेल्या बातम्यांची त्याने केलेली निवड, त्यांना दिलेली शब्दसंख्या आणि स्थान, त्या छापण्यासाठी निवडलेले ठसे आणि त्यांच्यासंबंधीच्या आपल्या दृष्टिकोणाला

उठाव देण्यासाठी त्याने वापरलेले शब्द व वाक्यप्रयोग या सगळ्यांचा शेवटी त्याच्या वृत्तपत्रात छापून येणाऱ्या बातम्यांवर परिणाम होत असतो.

यापुढचा आणखी एक घटक असा, की पत्रकारिता हा अतिशय स्पर्धात्मक व्यवसाय आहे. वृत्तपत्रांचे अस्तित्व वाचकांच्या सदिच्छेवर अवलंबून असते; आणि बहुसंख्य वाचक क्वचितच उच्चविद्याविभूषित असतात. उच्चविद्याविभूषितता तर सोडाच, विविध गोष्टींत भेद करण्याची सूक्ष्म दृष्टीही त्यांच्याकडे क्वचितच असते. बातम्यांच्या वेगवान ओघाला तोंड देण्याइतका पुरेसा वेळही त्यांच्याजवळ क्वचितच असतो. शिवाय वस्तुनिष्ठ ज्ञान मिळविण्याच्या गंभीर हेतूने वृत्तपत्र वाचणाऱ्या वाचकांची संख्या फार थोडी असते. वेळ घालवणे आणि करमणूक यांसाठीच मुख्यतः वृत्तपत्र वाचले जाते. बातम्या आणि त्यावरील मतप्रदर्शन यांबद्दलच्या त्यांच्या विचारांवर या वस्तुस्थितीचा परिणाम होतो. साहजिकच मार्गदर्शनापेक्षा रंगीतसंगीत बातम्या आणि मनोरंजक दृष्टिकोण पुरविण्याकडे वृत्तपत्रांचा कल होतो. आणि मोठ्या भारतीय वाचकवर्गाकडे उच्चविद्याविभूषिततेचा अभाव असल्यामुळे सवंगतेकडे झुकण्याकडे त्यांची प्रवृत्ती असते. यामुळे एक दुष्टचक्रच सुरू होते: वृत्तपत्रे आपला दर्जा आणि गुणवत्ता सुधारण्यासाठी मनापासून कोणतेही प्रयत्न करीत नाहीत, कारण त्यांच्या वाचकवर्गाने आवश्यक ती पातळी गाठलेली नसते आणि वाचक अशी पातळी गाठू शकत नाहीत, कारण वृत्तपत्रांनी आवश्यक तो दर्जा गाठलेला नसतो. अर्थात, भारतीय वाचक-वर्गाजवळ आवश्यक ती पात्रता नाही याला इतर कारणेही भरपूर आहेत. सर्वात पहिले कारण म्हणजे शिक्षणाचा खालावलेला दर्जा. स्वातंत्र्यप्राप्तीनंतरच्या काळात शिक्षणाचा दर्जा सातत्याने घसरत आहे. (त्याची कारणमीमांसा प्रस्तुत विवेचनाच्या कक्षेत येत नाही.) दुसरे कारण असे, की आयुष्य पूर्वीपेक्षा जास्त धावपळीचे होत आहे. त्यामुळे वृत्तपत्रे वाचायला, बातम्या आणि त्यावर वृत्तपत्रांनी केलेले मतप्रदर्शन पचवायला पुरेसा वेळच वाचकांकडे नाही. तिसरे कारण असे, की जास्तजास्त गुंतागुंतीचे होणारे जीवन आणि मोठ्या लोकसंख्येच्या बाबतीत कमी कमी होणारे प्रत्यक्ष उत्पन्न यांमुळे अस्तित्वासाठी करावा लागणारा संघर्ष दिवसेंदिवस कठीण बनत आहे. चित्रपट आणि करमणुकीच्या अन्य साधनांच्या वाढत्या प्रभावामुळे माणसे पुस्तके आणि नियतकालिके यांच्यापासून दूर चालली आहेत. आणि त्यामुळे मोठ्या लोकसंख्येची सांस्कृतिक पातळीही खालावत आहे, हे चौथे कारण आहे. वरवर पाहता मानसिक क्रियेमध्ये आणि तरतरीतपणात वाढ होत असल्याच्या खुणा दिसतील. पण खोलवर गेल्यास नैराश्य आणि अधोगती आढळून येतील. आणि शेवटी सर्व थरांतील माणसांवर विपरीत परिणाम करणाऱ्या भारतीय जीवनातील शेकडो वर्षांच्या साकळलेपणामुळे निर्माण

झालेले सांस्कृतिक मागासलेपण. कारणे काहीही असोत, भारतीय वाचकवर्ग सातत्याने आणि वाढत्या प्रमाणात उथळ आणि बेफिकीरही होत आहे ही वस्तुस्थिती आहे. या निराशाजनक परिस्थितीतही वस्तुनिष्ठतेची ग्वाही देऊ शकणारा एक उपाय आहे. येथे वृत्तपत्राचा संपादक वैज्ञानिकांचे अनुकरण करू शकेल. आपले संशोधन आणि प्रयोग यांत काटेकोर वस्तुनिष्ठता पाळणे किती अवघड आहे, याचे भान असल्यामुळे अंतिम निष्कर्षाप्रत पोचण्यापूर्वी वैज्ञानिक परस्पर-समीक्षेचा आश्रय घेतात. सहकारी वैज्ञानिकांच्या निष्कर्षांच्या संदर्भात परत परत तपासून पाहिल्याखेरीज कोणताही वैज्ञानिक आपल्या शोधाचा दिमाख दाखवत नाही. त्याचप्रमाणे वृत्तपत्राच्या संपादकानेही थोडा विनय दाखवावा आणि वृत्तपत्रकार्यालयाच्या भिंतींच्या बाहेरही शहाणपणा असू शकेल, हे मान्य करावे. आपली लेखणी शहाणपणाच्या कारंज्यातच कायमची बुडविलेली आहे, आपल्या संपादकीय खुर्चीमध्ये काही गूढ शक्ती असून तिच्यामुळे त्या खुर्चीत अधिकृतपणे बसणाऱ्याच्या मेंदूकडे ज्ञानाचे चमचमते किरण आपोआप खेचले जातात, या आकर्षक समजुतीला संपादकाने कधीतरी रजा द्यावी आणि आपल्या वृत्तपत्राचे स्तंभ वेगळ्या किंवा विरोधी दृष्टिकोणासाठीही खुले करावेत.

सर्वप्रथम 'वाचकांचा पत्रव्यवहार' हे सदर बळकट करून, म्हणजे वाचकांची शक्य तितकी टीकात्मक पत्रे प्रसिद्ध करून हे साधता येईल. सामान्यतः 'वाचकांचा पत्रव्यवहार' हे सदर म्हणजे वाचकांची व्यक्तिगत किंवा एखाद्या गटाची गाऱ्हाणी मांडण्याची किंवा दुःखे वेशीवर टांगण्याची जागा या दृष्टीने त्याच्याकडे पाहिले जाते. हा दृष्टिकोण अर्थातच योग्य आहे. आपण वाचतो, ते वृत्तपत्र आपले आहे आणि आपल्या तक्रारी मांडण्यासाठी आपण त्याच्याकडे विश्वासाने जावे, असे वाचकांना वाटणे आवश्यक आहे. अर्थात, आपली तक्रार खासगी नसेल, तिला सार्वजनिक महत्त्व असेल आणि ती व्यवस्थितपणे शब्दबद्ध केलेली असेल, तरच! वर्तमानपत्र आणि वाचकांच्या वैचारिक एकरूपतेमुळेच केवळ ही भावना निर्माण होऊन उपयोगी नाही; तर त्या वृत्तपत्राच्या मतांवर आणि समाजात रूढ असणाऱ्या मतांवर टीका करणाऱ्या आपल्या पत्रांनाही वृत्तपत्र जागा नाकारणार नाही, या विश्वासातून ती निर्माण व्हायला हवी. परंतु एवढेही पुरेसे नाही. वृत्तपत्राने आपल्या ठराविक वाचकांच्याही पलीकडे पाहिले पाहिजे. तेही जास्त मोठा वाचकवर्ग मिळवण्यासाठी नव्हे, तर वस्तुनिष्ठ सत्य प्रस्थापित व्हावे, यासाठी! आपल्या एकट्याच्या प्रयत्नाने आपण सत्यापर्यंत पोहोचू शकू ही सोपी भावना सर्वप्रथम मनातून काढून टाकायला हवी. वस्तुनिष्ठ सत्य स्वभावतःच असे असते, की त्याच्यापर्यंत पोहोचणे अवघड जाते. सत्याच्या फांद्यांचा विस्तार फार मोठा असतो, ही वस्तुस्थिती बाजूला ठेवली, तरी सत्याच्या तयार गोळ्या नसतात, हे त्याने

लक्षात ठेवावे. सत्यप्राप्तीसाठी पायाभूत असलेले वस्तुनिष्ठ आकलन संपादन करण्याचा कोणताही मार्ग नाही. तरीही 'तथ्यां' बद्दलच्या परस्परविरोधी विधानांच्या आणि विविध वृत्तपत्रांत आणि नियतकालिकांत मांडल्या गेलेल्या परस्परविरोधी दृष्टिकोणांच्या तौलनिक अभ्यासातून सत्याची थोडीतरी झलक दिसण्याची शक्यता असते. भिन्न भिन्न धोरणे असलेल्या आणि भिन्नभिन्न मते व्यक्त करणाऱ्या विविध वृत्तपत्रांत प्रसिद्ध होणारी विधाने वाचण्याइतका संयम, सुबत्ता व वेळ सर्वसामान्य वाचकांकडे नसतो. म्हणून संपादकाने आपल्या मतांपेक्षा आणि अन्वयार्थापेक्षा भिन्न असणारी जास्तीत जास्त मते आपल्या वृत्तपत्रांतून मांडण्याची शक्य तितकी व्यवस्था केली पाहिजे. वस्तुनिष्ठतेची खात्री देण्यासाठी आणि वृत्तपत्रात होणाऱ्या संभाव्य चुकांची दुरुस्ती करण्यासाठी याचा मोठा उपयोग होईल.

वाचकांच्या पत्रव्यवहारातून हे सहजपणे करता येईल. विरोधी मतांचे लेख आणि वृत्तांत छापूनही हे करता येईल. यामुळे वस्तुनिष्ठतेची हमी तर मिळेलच, शिवाय वृत्तपत्रांचा एकसुरीपणा कमी होईल. पत्रकाराने आपल्या वृत्तपत्राकडे प्रचाराचे साधन म्हणून न पाहता शिक्षणाचे साधन म्हणून पाहिले, तरच हे शक्य होईल. याचाच अर्थ असा की संपादकाला इतर कशाहीपेक्षा अधिक आदर सत्याबद्दल असला पाहिजे.

◆

लोकशाही आणि वृत्तपत्रे

लोकशाहीतील वृत्तपत्रांची भूमिका समजावून घेण्यासाठी लोकशाही म्हणजे काय, आणि तिच्या संदर्भात वृत्तपत्रांचे प्रयोजन काय, याबद्दल आपल्याला स्पष्ट कल्पना असली पाहिजे.

लिंकनची लोकशाहीची व्याख्या

लिंकनने लोकशाहीची केलेली अभिजात व्याख्या अशी :

'लोकांसाठी, लोकांनी चालविलेले लोकांचे शासन.'

व्याख्या-विषयाची वैशिष्ट्ये दाखवून देण्याचा व्याख्या प्रयत्न करते. हे करण्यात कोणती व्याख्या अयशस्वी ठरत असेल, तर ती म्हणजे लिंकनने केलेली लोकशाहीची तथाकथित अभिजात व्याख्या: लोकांसाठी, लोकांनी चालविलेले, लोकांचे शासन. तत्त्वत: ही व्याख्या अमूर्त आहे आणि ती, अगदी अध्यक्ष लिंकनच्या काळातील वास्तवाशीही जुळत नाही. आजच्या अधिक विस्तृत आणि अधिक गुंतागुंतीच्या समाजांच्या कोणत्याही शासनाचे वर्णन 'लोकांनी चालविलेले शासन', असे करता येत नाही. अगदी छोट्या अशा अथेन्समधील लोकशाहीच्या बाबतीतही प्रत्यक्षात लोकांकडून शासन चालविले जात नव्हते. गुलाम, स्त्रिया आणि ग्रीक समाजाचा मुख्यत: व्यापार आणि उद्योग चालविणारे परदेशी लोक राजकीय जीवनाच्या सीमेबाहेर होते. राष्ट्राच्या राजकीय हालचालींत फक्त प्रौढ ग्रीक पुरुष सहभागी होऊ शकत. निर्णय घेण्यात ते सहभागी होत असत; पण अंगभूत विशिष्ट स्वभावामुळे प्रशासन लोकसमूहाकडून चालविले जाणे शक्य नव्हते. प्रशासनाची जबाबदारी असणारे अधिकारी नागरिकांकडून निवडले जात नसत. त्यामुळे अगदी ग्रीक लोकशाहीलाही 'लोकांनी चालविलेले शासन' असे संबोधता येत नाही. या अगदी लहान (जवळपास लाख लोकांच्या) समाजाच्या बाबतीतही शासन अधिकारांच्या सुपूर्तीकरणाने चालविले जाणे अपरिहार्य होते. लोकांच्या हातात जी सत्ता असायला हवी, ती निर्वाचित प्रतिनिधींच्या हाती सोपविली जाणे अपरिहार्य होते. आजच्या आधुनिक, अतिशय विस्तृत आणि गुंतागुंतीच्या समाजाच्या बाबतीत प्रत्यक्ष म्हणविली जाणारी लोकशाही ही अगदी अशक्य गोष्ट आहे.

शिवाय सर्वच लोकांना शासनाच्या व्यवहारात किंवा शासनाच्या बाबतीत रुची असते असे म्हणणेही अजिबात खरे नाही. सत्तेची अभिलाषा बहुसंख्य लोकांच्या

हृदयांत चैतन्य निर्माण करते हे खरे आहे. पण ती सत्तेची अभिलाषा राजकीयेतर मार्गांनीही पूर्ण करणे त्यांना शक्य असते. पुष्कळ माणसांना स्वभावत:च राजकारणात रस नसतो आणि राजकारण जोपर्यंत त्यांच्या दैनंदिन जीवनावर अतिक्रमण करत नाही, तोपर्यंत ते त्याच्याकडे लक्ष देत नाहीत. ग्रीक काळातही अशा लोकांची संख्या बरीच असली पाहिजे. आणि त्यांची संख्या आधुनिक काळात निश्चित मोठ्या प्रमाणात वाढली आहे. आधुनिक औद्योगिक समाजाकडे शिक्षण आणि प्रचाराची गुंतागुंतीची साधने असल्यामुळे आणि त्यांचा प्रभावही मोठ्या क्षेत्रावर पडत असल्यामुळे अधिक लोक सार्वजनिक जीवनात सहभागी होत असावेत असे एखाद्याला वाटेल; पण विरोधाभास असा की आधुनिक औद्योगिक समाजाची कितीतरी अधिक लोकांना राजकारण-विन्मुख बनविण्याची प्रवृत्ती असते. माणसाच्या स्वभावातच असे काहीतरी असते, की ते माणसाला खासगीपणाची तीव्र ओढ वाटायला लावते आणि सार्वजनिक जीवनाच्या दडपणाबद्दल त्याला केवळ उदासीन बनविते, असे नाही, तर विरोधीही बनविते. अशा परिस्थितीत 'लोकांनी चालविलेले शासन' हा वाक्यांश एरवी ठरला असता, त्यापेक्षा जास्तच अवास्तव ठरतो. शासकीय यंत्रणेची गुंतागुंत आणि बहुसंख्य लोकांची राजकारण-विन्मुख प्रवृत्ती यांमुळे, लोकशाही असो वा नसो, शासन हे नेहमी अधिकारांच्या सुपूर्तीकरणाने चालविणे जाणे अपरिहार्य ठरते. मग हे सुपूर्तीकरण कृतिशील असो वा कृतिहीन. 'लोकांकडून चालविले जाणारे शासन' या संकल्पनेशी निवडणूक ही स्वभावत:च विसंगत आहे. लोकशाहीमध्ये अधिकारांच्या सुपूर्तीकरणाने चालविले जाणारे शासन असणे अपरिहार्य आहे, याचा अर्थ असा, की सर्व लोकांना शासनात सहभागी करून घेणारी लोकशाही हे एक राजकीय मृगजळ आहे, राजकीय मिथ्यकथा आहे. 'लोकांचे शासन' या वाक्यांशाचा अर्थ काय, हे सांगणे अवघड आहे. जे शासन लोकांनी चालविलेले नाही, ते फक्त मानसिक पातळीवरच 'लोकांचे' असू शकते– म्हणजे ते तसे आहे, असा विश्वास लोकांत निर्माण केला, तर एखादे अगदी बिगरलोकशाही शासनसुद्धा आपल्या हाताशी असलेल्या प्रचार-यंत्रणेद्वारे हे आपलेच शासन आहे, असे लोकांना पटवून देण्यात यशस्वी ठरते. प्रत्यक्षात शासनात काहीही सहभाग नसला, तरी लोकांमध्ये आपण शासनात सहभागी आहोत, असा भ्रम निर्माण करता येतो. आजच्या जगात याची अनेक उदाहरणे दिसतात. प्रत्येक शासनाला आपले शासन लोकांचे आहे, असे स्वत:चे वर्णन करणे आवडते. शासन जर लोकांना हे 'आपले' शासन आहे, असे पटवून देऊ शकले, तर शासन चालविणे बरेच सोपे होते. लोकशाही शासनाला आपले शासन हे लोकांचे शासन आहे, असे सांगण्याचा थोडातरी हक्क असतो. कारण शेवटी ते लोकांनी निवडलेले असते. परंतु निवडणुका कधीतरी एकदा होतात. आणि परत निवडणुका होईपर्यंतच्या काळात लोकांची निवडणुकीच्या

वेळी असलेली मन:स्थिती कायम राहील अशी अपेक्षा ठेवणे अवाजवी ठरेल. आपले शासन लोकांचे शासन आहे, हे स्वत:ला आणि इतरांना पटविणे शासनाला आवडते, कारण तसे करणे नैतिकदृष्ट्या उन्नत आणि राजकीयदृष्ट्या फायदेशीर ठरते. म्हणून ते तसे आहे, हे लोकांना पटविण्यासाठी शासन शक्य असेल ते सर्व करते. हे करण्याचा उघड मार्ग म्हणजे निवडणुकीतील आश्वासनांची पूर्तता करणे. परंतु लोकांच्या विविध गटांच्या परस्परविरोधी हितसंबंधांमुळे उद्‌भवणाऱ्या गुंतागुंतीच्या परिस्थितीत आश्वासनांची पूर्तता करणे व्यवहारात तितकेसे सोपे नसते. त्यासाठी काहीतरी सबबी सांगता येतात; पण त्या फार काळ चालत नाहीत. त्यामुळे प्रचाराची, आश्रय देण्याची आणि गरज भासली, तर त्या त्या वेळी छळ करण्याची आपली शक्ती वापरण्याकडे शासनाला वळावे लागते.

एखादे शासन जर खरेखुरे लोकांसाठी असेल, तरच त्याचे वर्णन 'लोकांचे शासन' असे करता येईल. एखादे बिगरलोकशाही शासनही आपण लोकांसाठी काम करत आहोत असा दावा करू शकते हे लक्षात घ्यायला हवे. बहुसंख्य हुकुमशाही व्यवस्था असेच करतात. पण अगदी लोकशाही व्यवस्थेतही शासनाला लोकांच्या हितासाठी काम करणे तितकेसे सोपे नसते. प्रतिनिधिक लोकशाहीमध्ये लोकप्रतिनिधी जर खऱ्या अर्थाने लोकांचे अधिकृत प्रवक्ते आणि प्रतिनिधी म्हणून काम करत असतील, म्हणजेच त्यांचा अधिकार लोकसेवेसाठी वापरत असतील, तरच ते लोकांचे आणि लोकांसाठी असलेले शासन होऊ शकते. आणि आजच्या परिस्थितीत हे फार अवघड आहे. सत्तेचा गैरवापर करण्याकडे जो नैसर्गिक कल असतो, त्याचा परिणाम अनेक व्यक्तींवर होतो ही वस्तुस्थिती बाजूला ठेवली तरी निवडून येण्यासाठी प्रचंड खर्च करावा लागतो आणि खर्च करण्याची इच्छा असली तरी प्रतिनिधित्वाचा हा सन्मान किंवा हक्क मिळविण्यासाठी अनेक प्रतिनिधींकडे पुरेसा पैसा नसतो. त्यामुळे लोकप्रतिनिधित्वाच्या काळात हा पैसा वसूल कसा होईल, हे त्या लोकप्रतिनिधीला पहावे लागते. त्याला काही मेहनताना मिळतो; पण त्यातून त्याचा रोजचा खर्च जेमतेम भागतो. खरे पाहता, फारच थोड्या जणांना खरोखर विनावेतन काम करणे शक्य असते. त्यामुळे निवडून आलेल्या लोकप्रतिनिधींना भल्याबुऱ्या-कशाही मार्गाने खर्च केलेला पैसा वसूल करायचा असतो. आणि बुऱ्या मार्गावर भर देण्याकडे राजकारण्यांचा कल असतो. एखादा प्रतिनिधी जर श्रीमंत असेल, तर परतफेडीची अपेक्षा न बाळगता तो खर्च करू शकेल, पण बहुसंख्य लोकांच्या दृष्टिकोणाशी क्वचितच जुळणाऱ्या श्रीमंत माणसांच्या दृष्टिकोणाचा त्याग करणारा असा प्रतिनिधी अपवादात्मकच असेल. अशी अपवादात्मक माणसे समाजात फारशी नसतात;सध्याच्या जगात ती आणखीच दुर्मिळ होत चालली आहेत. अर्थात, भोंगळ आदर्शवादाबद्दल बरेच काही बोलले जाते. आणि त्याने गैरसमजूत करून घेणे सोपे असते. पण नागरी

समाजाच्या परस्पर-विरोधी हितसंबंधांच्या संदर्भात ह्या आदर्शवादी बाता लौकरच पोकळ ठरतात. आणि धनिक प्रतिनिधी त्यांच्या मतदारांबद्दलच्या जबाबदारीच्या बाबतीत कोडगे बनत जातात. येथे हेही लक्षात ठेवले पाहिजे, की विधानसभा ही समाजाचीच छोटी प्रतिकृती असते आणि तिच्या सदस्यांतही फूट पडलेली असते. त्यामुळे ते कुठल्याच राजकीय पक्षाची बांधिलकी न मानणाऱ्या बहुसंख्य लोकांच्या ऐवजी राजकीय पक्षांचे प्रतिनिधित्व करतात. निर्वाचित प्रतिनिधी या नात्याने त्यांच्याजवळ काही एक सत्ता असते, आणि ते जर सत्तारूढ पक्षाचे असतील, तर त्यांच्याकडे जास्तच सत्ता असते. पण सामान्यत: राजकीय पक्ष हेही एक दुभंगलेले घर असते. आणि त्याचे सदस्य एकूण पक्षाशी नव्हे, तर कोणत्या तरी एका गटाशी एकनिष्ठ असतात. अशा परिस्थितीत प्रतिनिधींना सत्तेचा वापर लोकांच्या हितापेक्षा स्वत:च्या फायद्यासाठी करण्याचा मोह होतो. कारण गटबाजीमुळे त्यांना ते करणे शक्य होते.

निवडणुकीचा खर्च जर संबंधित पक्षाने करायचा असेल, तर प्रश्न जास्तीच जटिल बनतो. राजकीय पक्ष ही व्यक्तिभावरहित यंत्रणा असते. सत्ता मिळविणे हे तिचे नियंत्रक सूत्र असते आणि सत्ता मिळविण्याच्या नादात बहुतेक वेळा लोकहिताकडे दुर्लक्ष केले जाते. राजकारण हे शासनसत्ता काबीज करण्याचे साधन आहे. खरे तर सत्ता हेच शासनाचे नैसर्गिक मूल्य आहे. कायदा आणि सुव्यवस्था ही शासन टिकविण्याची पायाभूत अट आहे. त्यामुळे कायदा आणि सुव्यवस्था ही शासनाची मूलभूत चिंता बनते. अगदी लोककल्याण हेही सत्ता टिकविण्याचे एक साधन बनते. कोणत्याही शासनाचा लोकाभिमुख (लोकांसाठी) बनण्याचा प्रयत्न असतो. कारण त्यामुळे सत्ता टिकविणे जास्त सोपे जाते. फारच थोडी शासने अस्सल लोकहिताच्या विचाराने कार्यरत झालेली असतात. ती लोकांची काळजी घेतात कारण त्यांना सत्ता हवी असते, हे दाखवून देण्यास उत्सुक असलेल्या विरोधी पक्षांनाही मनातून शासकीय सत्तेचीच आस असते. आणि ती सत्ता मिळविण्यासाठी अपल्या अनुयायांच्या पाठिंब्याची शक्ती वापरण्यास त्यांची हरकत नसते. राजकारण हा अतुलनीय असा सत्तेचा सारीपाट बनतो. राजकारण हे मूलत: सत्तेचे राजकारणच असते.

त्यामुळे वर्णनात्मक व्याख्या म्हणून लिंकनची व्याख्या क्षीण ठरते, पण मूल्यात्मक व्याख्या म्हणून किंवा लोकशाहीच्या प्राप्तीसाठी काही तत्त्वे (आदर्श) सांगणारी व्याख्या म्हणून तिचे मूल्य महान आहे. ती असे सांगते की लोकशाही शासनाने लोकांच्या गरजा आणि आकांक्षांना प्रतिसाद दिला पाहिजे. अर्थात, ही अवघड गोष्ट आहे. सगळ्या लोकांच्या गरजा आणि आकांक्षा एकसारख्या नसतात. त्यांच्या आकांक्षा पुष्कळदा परस्परविरोधी असतात. त्यांचे हितसंबंध बहुधा विभागलेले असतात. काहींच्या गरजा इतर काहींच्या गरजांवर सरळ आघात करतात. परंतु राष्ट्र एकत्र राहण्याची व काम करण्याची निवड करते (लोकशाहीमध्ये कोणत्याही

दडपणाशिवाय समाज घडणे, एकत्रित येणे अपेक्षित असते.) ह्या वस्तुस्थितीवरून असे दिसते, की मूलतः पायाभूत बाबींमध्ये त्यांच्यांत एकी असते आणि लोकशाही शासनाने लोकशाही समाजाच्या या समान गाभ्याला स्पर्श करणे आवश्यक ठरते. लोकांच्या भिन्न भिन्न आकांक्षांना लोकशाही शासनाने अशा प्रकारे प्रतिसाद दिला पाहिजे, की त्यामुळे त्यांच्या सारख्प समान गाभ्यावर अनुकूल असा परिणाम व्हावा. कदाचित हे जवळ जवळ अशक्य वाटेल. पण त्यासाठी निदान प्रामाणिक प्रयत्न केला गेला आहे, असे लोकांना वाटले पाहिजे. शासनाचा कारभार असा चालला पाहिजे, की लोकांना त्याचा सार्थ अभिमान वाटावा आणि जर तो तसा चालत नसेल तर परिस्थितीत सुधारणा करण्याचे उपाय लोकांना उपलब्ध असावेत. वृत्तपत्रे लोकांना क्रियाशील बनवू शकतात, दृष्टिकोण मांडू शकतात, जनमत जागृत ठेवू शकतात, आणि शासनावर सतत दबाव ठेवू शकतात. लिंकनची व्याख्या प्रत्यक्षात आणण्यासाठी वृत्तपत्रे प्रयत्न करू शकतात. वृत्तपत्रांनी मूलभूत स्वातंत्र्यांचे रक्षण केले पाहिजे. वृत्तपत्रांच्या स्वतःच्या दृष्टीनेच ती फार महत्त्वाची आहेत.

खरे तर हीच लोकशाहीची निर्णायक कसोटी आहे. निर्वाचित शासनापेक्षाही शासनाच्या चुका सुधारण्याच्या उपाययोजनांवर लोकशाही अधिक अवलंबून असते. स्वयंसुधारणेचा हा पैलू हेच लोकशाहीचे व्यवच्छेदक लक्षण आहे. इतर कोणत्याही शासनपद्धतीमध्ये हे वैशिष्ट्य नसते आणि आपले अस्तित्वच धोक्यात घातल्याखेरीज ह्या वैशिष्ट्याचा त्यांना अंगीकार करता येत नाही. खरे तर कुठल्याही शासनाच्या कार्यपद्धतीत हे वैशिष्ट्य व्यवस्थितपणे गोवले गेले, तर व्यावहारिकदृष्ट्या ते लोकशाही शासनच ठरेल.

ह्या स्वयंसुधारणेच्या वैशिष्ट्याची लोकशाही घटनेतील तरतूद म्हणजे शासनाला ठराविक काळापर्यंतच कारभार करण्याचा अधिकार असणे आणि त्या कालावधीच्या शेवटी त्याने राजीनामा देऊन स्वतःला लोकांच्या तपासणीसाठी उभे करणे. म्हणजेच शासनाने स्वतःच्या पुनर्निवडीसाठी लोकांपुढे जाणे होय.

संतुलन

लोकशाही पद्धतीतील हे एक महत्त्वाचे सुधारणा-तत्त्व आहे. त्यामुळे लोकशाही ही सर्वोत्तम राजकीय प्रणाली ठरते. ती सर्वोत्तम राजकीय प्रणाली आहे, कारण ती सर्वांत जास्त नैसर्गिक प्रणाली आहे. ती सर्वांत जास्त नैसर्गिक प्रणाली आहे, कारण तिच्यात कुठल्याही जैविक प्रणालीचे संतुलनाचे तत्त्व अंतर्भूत आहे. उदाहरणार्थ, आपले शरीर ही अशी एक नैसर्गिक प्रणाली आहे. नैसर्गिक प्रणालीला संतुलित अवस्थेत ठेवण्याचा निसर्गाचा प्रयत्न असतो. उदाहरणार्थ, शरीराचे नैसर्गिक तापमान ९८.६ अंश फॅरनहीट इतके असते. वातावरणातील काही बदलांमुळे हे तापमान

कमी किंवा जास्त होऊ लागले, तर ते परत ९८.६ अंश फॅरनहीटच्या संतुलित स्थितीवर आणण्याच्या यंत्रणा शरीरात असतात. रक्तातील साखरेचे प्रमाण कमी झाले, तर निसर्गाने यकृतात साठवलेल्या साखरेपैकी आवश्यक तेवढी साखर शरीर यकृताकडून शहाणपणाने खुली करते. शरीराला संतुलित स्थितीत राखणाऱ्या अशा अनेक संतुलनवादी यंत्रणा शरीरात असतात. या यंत्रणा हे शरीराचे एक खास वैशिष्ट्य आहे. अर्थात आपले शरीर ही एक खुली यंत्रणा आहे. आपले अस्तित्व टिकविण्यासाठी तिला निरुपयोगी पदार्थ बाहेर टाकावे लागतात. आणि पर्यावरणातून पोषक पदार्थांचे ग्रहण करावे लागते. पण या मर्यादांमध्ये ती इतके उत्तम कार्य करते, की डॉ. डब्ल्यू. बी. कॅननने तिला 'शारीर शहाणपण' असे नाव दिले आहे. लोकशाही प्रणालीमध्ये या नैसर्गिक शहाणपणाचाच काही अंश असतो.

मला इथे असा मुद्दा मांडायचा आहे, की दुरुस्ती यंत्रणा अंतर्भूत असलेली आणि लोकांच्या इच्छा आणि आकांक्षांना प्रतिसाद देणारी लोकशाही ही एक संतुलन साधणारी नैसर्गिक प्रणाली आहे. लोकांना हवीशी वाटत असेल, तरच लोकशाही अस्तित्वात राहते किंवा ती अस्तित्वात राहणे आवश्यक ठरते हे लोकशाहीचे मार्गदर्शक तत्त्व आहे. त्यामुळे ती नैसर्गिक प्रणाली ठरते. याचा अर्थ असा की लोकशाहीने लोकमताबाबत संवेदनशील असले पाहिजे. आणि लोकमत विरुद्ध गेल्यावर सत्तेचा त्याग केला पाहिजे. लोकशाही पद्धतीने निवडले गेलेले शासन जर लोकमताबाबत बेफिकीर झाले, तर त्याला पुढच्या निवडणुकीत सत्तेबाहेर फेकले जाण्याचा धोका असतो. अर्थात, या प्रतिपादनाला एक साधारण मर्यादा आहे. ऐंद्रिय शरीर म्हणजे समाज-शरीर नव्हे. आणि समाज-शरीर ही काही ऐंद्रिय यंत्रणा नव्हे. मानवी इच्छेनुसार घडणारी आणि बिघडणारी अशी ती एक मानवी व्यवस्था आहे. तिची संरचना ही नैसर्गिक, म्हणजे निसर्ग-नियमांनुसार चालणारी, संरचना नव्हे. ती माणसाने घडविलेली आणि माणसाकडूनच चालविली जाणारी संरचना आहे. उदाहरणार्थ, लोकमत म्हणजे मानवी शरीरातील घर्मग्रंथीसारखी स्वयंचलित यंत्रणा नाही. तिला घडविता आणि कुशलतेने हाताळता येते. म्हणून सहजपणे गंडवले न जाणारे कृतिशील लोकमत ही लोकशाही कार्यपद्धतीची प्रमुख गरज आहे.

कृतिशील लोकमत खात्रीपूर्वक उपलब्ध व्हावे, म्हणून प्रमुख स्वातंत्र्यांची योजना केलेली असते. ही स्वातंत्र्ये म्हणजे विचार-स्वातंत्र्य, अभिव्यक्ती-स्वातंत्र्य आणि संघटना-स्वातंत्र्य. प्रत्येक नागरिकाला आपल्याला पसंत असलेली मते बाळगण्याचा, त्यांचा प्रचार करण्याचा आणि आपली मते पुढे रेटण्यासाठी संघटना स्थापन करण्याचा हक्क असतो. इतरांच्या हक्कांवर अतिक्रमण करणार नाहीत असे हक्क प्रत्येक नागरिकाला असतात. या लोकशाही स्वातंत्र्याच्या पायावरच जगभरच्या लोकशाही संरचना बांधल्या गेल्या आहेत.

एकनेतृत्ववादी (फॅशिझम) आणि साम्यवादी (कम्युनिझम) विचारप्रणालींनी लोकशाहीच्या सिद्धान्ताला चालू शतकातच जगभर आव्हान दिले. दुसऱ्या महायुद्धाच्या काळात एकनेतृत्ववादी विचारप्रणालीने लोकशाहीला जेव्हा जीवघेणे आव्हान दिले, तेव्हा अध्यक्ष रूझवेल्ट यांनी 'चार स्वातंत्र्यांचा'– म्हणजे दारिद्र्यापासून मुक्ती, भीतीपासून मुक्ती, मतस्वातंत्र्य आणि अभिव्यक्ति-स्वातंत्र्य– उद्घोष करून लोकशाही तत्त्वांची निकड प्रतिपादन केली. या चार स्वातंत्र्यांचे जेव्हा नको असलेल्या शासनाला सर्व वैध मार्गांनी विरोध करण्याच्या स्वातंत्र्यात रूपांतर होते, तेव्हा त्यांना धार प्राप्त होते. सर्वांना तेच स्वातंत्र्य असण्याच्या व्यावहारिक गरजेने वैधतेची व्याख्या केली जाते. कुणाही नागरिकाला इतरांना नाकारल्या गेलेल्या स्वातंत्र्यावर हक्क सांगता येत नाही. त्यामुळे स्वातंत्र्ये अशी असायला हवीत, की सर्वांना त्यांचा उपयोग करता येईल. लोकशाहीची साधने अशी असायला हवीत, की जी प्रत्येकाला वापरता येतील. त्यामुळे त्यांत मानवतावाद आणि प्रतिष्ठा अंतर्भूत असायला हवीत, हे निश्चित. त्यांनी जबरदस्ती आणि हिंसा यांचा त्याग केला पाहिजे. व्यापक अर्थ असलेला मानवी संवाद हा त्यांचा पाया असला पाहिजे. लोकशाहीतील अशा मानवी संवादाचे पवित्र स्थान म्हणजे संसद आणि त्याचा पाया युक्तिवाद आणि मतपरिवर्तन होय. पण प्रत्येकाला संसदेत जाता येत नाही आणि लोकांची बदलती मते आणि भावस्थिती यांच्या आविष्कारासाठी नेहमी संसदसदस्यांवर अवलंबून राहता येत नाही. म्हणून विविध रूपे घेणाऱ्या लोकांच्या संसदेची आवश्यकता असते. मतांचे जाहीर प्रकटीकरण किंवा अभिव्यक्ती हे कार्यरत असलेल्या लोकांच्या संसदेचे एक रूप आहे. ही अभिव्यक्ती शब्दांतून होऊ शकते. ती कृतींमधूनही होऊ शकते. लोक सभा, निदर्शने, मिरवणुका किंवा मेळावे आयोजित करू शकतात. मात्र हे सर्व मार्ग काटेकोरपणे अहिंसात्मक आणि शांततापूर्ण असले पाहिजे. त्यांनी आपली अंतर्गत प्रतिष्ठा जपली पाहिजे. इतर नागरिकांच्या तशाच प्रकारच्या कृतींवर आणि त्यांच्या दैनंदिन जीवनावर त्यांचे अतिक्रमण होऊन चालणार नाही.

असमानता

पण सर्व नागरिक समान नसतात. त्यामुळे प्रत्यक्ष वस्तुस्थिती हे एक विडंबन ठरण्याचा धोका असतो. सर्व माणसे समान नसतात, हे एक जीवशास्त्रीय सत्य आहे. एखाद्या कळकळीच्या लोकशाहीवाद्यानेही हे पाशवी सत्य मान्य केले पाहिजे. त्यांच्यांत शारीरिक भिन्नता असते; एवढेच नव्हे, तर त्यांच्या मानसिक क्षमताही भिन्न असतात. सर्व माणसे जन्मत: समान असतात असे जेव्हा कोणी म्हणतो, तेव्हा ते विधान फक्त मूलभूत मानवी मूल्यांना लागू पडते; परंतु इतर कोणत्याही बाबतीत माणसे समान नसतात. निसर्ग काहींना इतरांपेक्षा अधिक गुण बहाल करतो. काही

लोक जन्मत: गुन्हेगारी किंवा साधुवृत्तीचे असतात का, याचा शोध वैज्ञानिक घेत आहेत. असे लोक निसर्गाच्या दृष्टीने विचित्र आहेत असे कोणी मानू शकेल; परंतु सर्वसाधारण नागरिकही जन्मत: समान नसतात. सर्व माणसे जन्मत: समान असतात, असे जेव्हा कोणी म्हणतो, तेव्हा सर्व माणसांना समान संधी उपलब्ध असली पाहिजे, या मागणीचाच तो उच्चार करत असतो. परंतु माणसाने वेळोवेळी केलेली मांडणी आणि व्यवस्थापन यांच्यामुळे जैविक असमानतेखेरीज इतरही प्रकारच्या असमानता अस्तित्वात असतात. उदाहरणार्थ, संपत्तीची असमानता. अतिशय कळकळीच्या समतावादी समाजालाही गरीब आणि श्रीमंत यांमधील भेद चुकलेला नाही. शिवाय जातिभेद आणि वर्णभेद आहेत. काही सामाजिक आणि आर्थिक पूर्वग्रहही असतातच. या विषमतांच्यामुळे लोकशाही स्वातंत्र्ये हास्यास्पद ठरतात. एखादा निग्रो अमेरिकेचा अध्यक्ष किंवा ब्रिटनचा पंतप्रधान होईल अशी अपेक्षा आपल्याला करता येत नाही. एखादा अरब इस्त्राएलमध्ये किंवा मुस्लिमेतर माणूस इजिप्तमध्ये महत्त्वाची राजकीय जागा मिळविण्याची आकांक्षा धरू शकत नाही. या विषमतांची प्रवृती स्वातंत्र्ये नाकारण्याकडे असते. समाज जेव्हा भेदांमुळे दुभंगलेला आणि अन्याय, विषमतेने विकृत झालेला असतो तेव्हा लोकशाही प्रणालीला आधारभूत असलेले निरोगी लोकमत सहजासहजी तयार करता येत नाही. पण व्यवहारातील लोकशाही व्यवस्थांनी हे फार पूर्वीच ओळखले आणि विषमतांचा प्रभाव कमीत कमी व्हावा यासाठी प्रयत्न केले. वृद्धी आणि विकास यांच्या उत्तेजनाचा गळा घोटला जाणार नाही, अशा तऱ्हेने त्यांनी विषमता कमीत कमी करणारे कायदे केले. परंतु असा कार्यक्रम स्वभावत:च मतभेदांना वाव नसणारा स्थितिशील कार्यक्रम असू शकत नाही. सामाजिक व्यवहाराचे व्यवस्थापन करणे किंवा सामाजिक पर्यायांची क्रमवारी ठरवणे हे काही यांत्रिक काम नव्हे. ते जितके शास्त्र आहे, तितकीच ती एक कलाही आहे. यामुळे परस्परविरोधी मतप्रवाह निर्माण होतात. आपण पाहिल्याप्रमाणे हे प्रवाह म्हणजे लोकशाही कार्यपद्धतीची संतुलित तरफ होय. कोणत्याही लोकशाही शासनाला सामाजिक रचनेचे आणि पुनर्रचनेचे कार्य करावे लागते. या प्रक्रियेतच लोकमत घडते किंवा बिघडते. त्यापेक्षा महत्त्वाचे, म्हणजे लोकशाही शासन लोकमताला चुकीचे मार्गदर्शन करू शकते, किंवा इष्ट ते लोकमत घडवू शकते; आणि बहुसंख्य शासनांना साहजिकपणेच कायम टिकून राहण्यात रस असल्यामुळे या बाबतीत ती तत्पर असतात. आपले ईप्सित साधण्यासाठी त्यांच्याकडे प्रचंड सत्ता असते. त्यांच्या ताब्यात प्रचाराची प्रभावी साधनेच असतात असे नव्हे, तर त्याहून धोकादायक गोष्ट, म्हणजे लोकांवर उपकार करण्याची मोठी ताकद त्यांच्याकडे असते आणि संवेदनक्षम विभागात पाठिंबा मिळविण्यासाठी तिचा ती सहजगत्या उपयोग करू शकतात. म्हणून शासनाच्या टीकाकारांना पर्यायी धोरणे

व कार्यक्रम सुचविण्याचे आणि त्यांना लोकमताचा पाठिंबा मिळवण्याचे अनिर्बंध स्वातंत्र्य असले पाहिजे यावर लोकशाही सिद्धान्त भर देतो. यामध्ये शासनावर केवळ टीका करण्याचे किंवा शासनाचा धिक्कार करण्याचेच नाही, तर त्याला सक्रिय विरोध निर्माण करण्याचे स्वातंत्र्य अंतर्भूत आहे. पं. जवाहरलाल नेहरूंसारख्या संवेदनक्षम राज्यकर्त्यांनी लोकशाहीमधील टीकेच्या सर्जनशील कार्याचे कौतुक केले आहे. आकाशवाणीच्या एका साहित्यविषयक समारंभात उपस्थित लेखकांपुढे भाषण करताना ते म्हणाले, 'आम्ही सत्ताधारी लोक आमच्या कार्यक्रमांची आखणी आणि अंमलबजावणी यांत इतके गुंतलेले असतो, की अनेकदा त्यांच्यांतील दोष आम्हाला दिसतच नाहीत. त्यामुळे, लेखकहो, आम्ही जे काही करतो, त्याचे परीक्षण करण्याची आणि त्यातील दोष दाखवून देण्याची जबाबदारी तुमची आहे.' (स्मरणातून उद्धृत) लोकशाही स्वातंत्र्य म्हणजे प्रत्यक्षात योजना आणि धोरणे निवडण्याचे आणि त्यांच्या अंमलबजावणीसाठी माणसे निवडण्याचे स्वातंत्र्य ठरते. याचाच अर्थ आपले शासनकर्ते निवडण्याचे ते स्वातंत्र्य आहे. परंतु शासनकर्ते सार्वत्रिक मतदानातून निवडले जातात आणि मतदान प्रत्यक्षात येते, ते लोकमताच्या अंमलबजावणीतून. याच बाबतीत आपली सर्वाधिक सर्जनशील आणि संवेदनक्षम भूमिका बजावण्याचे वृत्तपत्रांना आवाहन केले जाते.

प्रचार विरुद्ध शिक्षण

आपल्या या भूमिकेत अभिप्रेत असलेल्या गोष्टी जाणता आल्या, तरच वृत्तपत्रांना ती लक्षणीयरीत्या पार पाडता येते. लोकशाही स्वातंत्र्याचे रक्षण आणि प्रगती यांसाठी लढणे हे आपले सर्वाधिक नैसर्गिक आणि आवश्यक कर्तव्य आहे, हे वृत्तपत्रांनी सर्वप्रथम ओळखले पाहिजे. याचे सोपे कारण असे, की फक्त लोकशाहीतच वृत्तपत्र हे वृत्तपत्र असते. हुकुमशाहीमध्ये ते वृत्तपत्र नसते, तर मतपत्र असते; खरे म्हणजे शासनाचे प्रसिद्धीपत्रक असते; आणि ही भूमिका वर्तमानपत्रांच्या दृष्टीने धोकादायक असते. बरेच जण समजतात, त्याप्रमाणे वृत्तपत्र हे प्रचाराचे हत्यार नव्हे, तर शिक्षणाचे साधन आहे. मी आधीच दाखवून दिल्याप्रमाणे प्रचाराचा उद्देश लोकांना एका विशिष्ट दृष्टिकोणाकडे वळविण्याचा असतो, तर शिक्षणाचे उद्दिष्ट लोकांना स्वत: विचार करण्यासाठी समर्थ बनविण्याचे असते. आपण म्हणतो, तेच एकमेव सत्य आहे, असा प्रचारकांचा आग्रह असतो. तर सत्य ही एक विशाल, जवळ जवळ विश्वाच्या बरोबरीची व विश्वाबरोबरच संपणारी गोष्ट आहे आणि तिच्या शोधात सहभागी होणे हे आपल्या सर्वांचे कर्तव्य आहे, याची जाणीव शिक्षणतज्ज्ञांना असते. ठरीव ठशाची सत्ये उत्पादन करण्यावर शिक्षणाचा विश्वास नसतो; तथ्ये शोधणे आणि त्यांना एकत्र बांधणारे नियम शोधणे हे त्याचे उद्दिष्ट असते. मतस्वातंत्र्यामुळे

विरोधी मते शक्य होतात. मुक्त समाजातील वृत्तपत्रांचा कल परस्परविरोधी दृष्टिकोणांचा स्वीकार करण्याकडे आणि त्यांची परस्परसमीक्षा करण्याकडे असतो. त्यामुळे अनेकदा वाचकांचा गोंधळ होतो. परंतु हुकुमशाहीतील वृत्तपत्रांच्या वाचनापेक्षा परस्परविरोधी दृष्टिकोणांच्या अभ्यासातून सत्याचे ओझरते का होईना, दर्शन होण्याची शक्यता जास्त असते. हुकुमशाहीतील वृत्तपत्रे माहितीचे एकासारखे एक साचे पेश करतात आणि बहुतेक वेळा ते चुकीची माहिती देण्यासाठीच रचलेले आकृतिबंध असतात. उच्च तंत्रज्ञानाच्या दृष्टीने प्रगत आणि माहिती तात्काळ नियंत्रित करू शकणाऱ्या सध्याच्या आधुनिक समाजात एखाद्या बांधील समाजाचे शासन वृत्तपत्रांना आपले एकनिष्ठ मुखपत्र सहजपणे बनवू शकते. प्रत्यक्षात नेहमी ती बहुधा तशीच असतात. याचे एक रंजक उदाहरण १९६९ मध्ये मानव चंद्रावर उतरला, त्या वेळी आढळून आले. हा मानव अमेरिकन होता. त्या वेळी चिनी राज्यकर्त्यांचा अमेरिकेला कडवा विरोध होता. ते अमेरिकेचे वर्णन 'कागदी वाघ' असे करीत. या कागदी वाघाकडे चंद्रावर उडी मारण्याचे सामर्थ्य असणे काहीसे विचित्र दिसले असते. त्यामुळे साहजिकच मानवाच्या या अतिमहान कामगिरीची माहिती आपल्या जनतेला देणे चिनी राज्यकर्त्यांना गैरसोयीचे वाटले. त्यांनी ही बातमी मारून टाकली आणि चिनी लोक चंद्राबद्दलच्या आपल्या जुन्याच दृष्टिकोणाला चिकटून राहिले. १९७१ मध्ये जेव्हा चीन व अमेरिकेची मैत्री झाली, तेव्हाच चिनी राज्यकर्त्यांनी ह्या बातमीला आपल्या देशात प्रवेश दिला. हुकुमशाही राष्ट्रांत वृत्तपत्रे हे माहिती पुरविण्याचे नव्हे, तर राज्यकर्त्यांची गरज व सोय भागेल, अशा प्रकारे तिच्यात बदल करण्याचे साधन असते. ती वृत्तपत्रे नसतात, तर प्रचारपत्रे असतात.

वृत्तपत्रांचे पहिले कर्तव्य, म्हणजे बातमी ऊर्फ रंग न मिसळलेली माहिती देणे. अर्थात, हे काही सोपे काम नाही. पूर्वीच्या प्रकरणात सविस्तर रीतीने स्पष्ट केल्याप्रमाणे पूर्वग्रहदूषित असण्याकडे माहितीची प्रवृत्ती असते. याचे एक सोपे कारण असे, की माणसाच्या आकलनाचा कल पूर्वग्रहदूषित असण्याकडे असतो. परंतु अनेक ठिकाणांहून माहिती मिळवून या परिस्थितीवर उपाय करता येतो. अचूक माहिती पुरविणे हे आपले कर्तव्य आहे, हे वृत्तपत्रांनी कधीही विसरू नये. एखाद्या लहान, सरळ, साध्या समाजाला आपल्या घटकांना आवश्यक ती माहिती देण्यासाठी वृत्तपत्रांची आवश्यकता वाटणार नाही. परंतु मोठ्या गुंतागुंतीच्या समाजातील घटकांना माहिती मिळविण्यासाठी अनेक गुंतागुंतीच्या साधनांवर अवलंबून राहवे लागते. वृत्तपत्र हे अशा प्रकारच्या अतिशय संस्कारित साधनांपैकी एक आहे. पण ते संस्कारित आहे, याचा अर्थ त्याने अचूक माहिती पुरवण्याच्या आपल्या प्रथम कर्तव्यापासून विचलित व्हावे, असा नव्हे. अचूक माहिती हाच आयुष्याचा पाया

आहे. अन्न आहे अशा विश्वासाने जर माणसांनी विष खाल्ले तर परिणाम भयंकर होईल. आपण खात असलेल्या अन्नपदार्थाबद्दल माणसांना अचूक माहिती मिळणे ही जीवनाची आवश्यक अट आहे. हीच गोष्ट माहितीच्या इतर प्रकारांबद्दलही खरी आहे. म्हणूनच जुनी म्हण आहे : बातमी पवित्र असते आणि टिप्पणी मुक्त! परंतु याबद्दलही विचार केला, तर असे आढळेल, की टिप्पणीने बातमी विकृत करता कामा नये, या अर्थाने टिप्पणीही पवित्र असते. टिप्पणी ही अन्वयार्थ सांगणारी असते आणि एखाद्या बातमीचा अधिकृत अन्वयार्थ एकाहून अधिक प्रकारे लावणे शक्य असते. परंतु अन्वयार्थ लावण्याच्या प्रक्रियेत बातमीचा मूळ गाभा टिप्पणीने विकृत करून चालणार नाही. अन्वयार्थ वेगळे वेगळे लावले जातील. पण या अन्वयार्थांच्या विविधतेतच सत्याच्या साक्षात्काराचा उगम असतो. या विविध अन्वयार्थांच्या अभ्यासाने आपल्याला सत्याचे निदान काही स्फुल्लिंग मिळविण्याचे सामर्थ्य प्राप्त होते.

बातम्यांची आणि अन्वयार्थांची विविधता हे सत्यप्राप्तीचे महत्त्वाचे साधन आहे. बातमी मिळविण्याचे व तिच्यावर टिप्पणी करण्याचे स्वातंत्र्य असले, तरच ही विविधता शक्य आहे. माहितीचे उगम जर मर्यादित असतील, त्यांच्यापर्यंत पोचण्याचा मार्ग ठरवून दिलेला असेल आणि टिप्पणी काय असावी यावर नियंत्रण असेल, तर ती अचूक माहितीची नव्हे, तर चुकीच्या माहितीचीच हमी ठरेल. आकलनकर्त्याच्या भूतकाळाचा परिणाम माहितीवर होतो या वस्तुस्थितीच्या मुळाशी आकलनाचा स्वभाव असतो, म्हणून एका अर्थाने सर्वच आकलन पूर्वग्रहदूषित असते. म्हणून अनेक प्रकारची आकलने गोळा करणे आणि त्यांची छाननी करून वस्तुनिष्ठता साधण्याचा प्रयत्न करणे हाच पूर्वग्रहदोष दुरूस्त करण्याचा एकमेव उपाय आहे. माहितीचे उगम मर्यादित करणे किंवा बातम्या गोळा करण्याची मक्तेदारी काही निवडक व्यक्तींना देणे म्हणजे माहितीचे स्वरूप नियंत्रित करण्याचा खात्रीचा मार्ग! याला जबाबदार असणाऱ्यांना ही गोष्ट साहाय्यभूत ठरण्याची शक्यता असली, तरी काही काळाने ती त्या समाजाला जोखडात अडकवून अपंग बनविते. सोव्हिएत रशियाच्या इतिहासात याचे उत्तम उदाहरण आढळते. बातम्यांच्या उगमात भेसळ करण्याचे किंवा बातम्यांचे उगम विकृत करण्याचे रशिया हे अस्सल उदाहरण आहे. परिणामतः रशियन समाजाच्या बौद्धिक युगधर्माची हानी झाली आहे. त्यांच्या साहित्याच्या दर्जावरून हे कळून येते. ज्या साहित्याने एके काळी टॉलस्टॉय, डोस्टोव्हस्की, चेकॉव्ह, तुर्गेनेव्ह आणि गॉर्की निर्माण केले, त्याला साहित्याच्या क्षेत्रात शोलोखॉव्हखेरीज दुसरे एकही प्रथम दर्जाचे नाव पुढे आणता आले नाही आणि शोलोखॉव्हच्या उत्कृष्ट साहित्यकृती म्हणजे मोठ्या प्रमाणावरील वाङ्मयचौर्याची फलश्रुती! सोलत्झेनित्सिन् आणि पास्तरनाक यांनाही अपवाद मानता येणार नाहीत. कारण त्यांची मतभिन्नता, साहित्यिक नियंत्रणाच्या तत्त्वज्ञानाला त्यांनी दिलेला नकार

त्यांच्या थोरवीस जबाबदार आहे. जे साहित्य एकदा अनेकविध महानतेमुळे लक्षणीय ठरले, त्याचे वैशिष्ट्य आज प्रतिभा आणि उपजत बुद्धी यांचे दारिद्र्य हे ठरत आहे. इतर कलांच्या बाबतीतही ही गोष्ट कमी-जास्त प्रमाणात खरी आहे. संगीत आणि नृत्यकला याला काही प्रमाणात अपवाद आहेत. कारण स्वभावत:च त्या शुद्धतर कला आहेत आणि नोकरशाही व्यवस्थापनाचा अंकुश त्यांच्यावर सहजासहजी चालत नाही. विज्ञानाच्या क्षेत्रात सोव्हिएत रशिया कमकुवत किंवा अपंग ठरला नाही, कारण त्याने शहाणपणाने शास्त्रज्ञांना अशा जोखडात अडकवण्याचे टाळले. विज्ञानावर एका ठराविक मर्यादेपलीकडे नियंत्रण ठेवल्यास औद्योगिक संस्कृतीची प्रगती साधणे शक्य नाही, ही गोष्ट रशियन राज्यकर्त्यांनी ओळखली आहे. ज्या एका शेतीशास्त्रावर त्यांनी एका वैदूला (लायझेंको) हुकुमत गाजवू दिली, त्या बाबतीत त्यांना विध्वंसक परिणामांना तोंड द्यावे लागले आणि हे परिणाम त्या उपऱ्या शास्त्रज्ञाच्या हयातीनंतरही भोगत राहावे लागण्याचा धोका आहे.

जोमदार बौद्धिक जीवनाची आवश्यक अट, म्हणजे लोकशाही स्वातंत्र्ये. अमेरिका आणि पश्चिम युरोपमधील परिस्थितीमुळे हे सिद्ध होते. विशेषत: वृत्तपत्रांच्या पौरुषाची ही अत्यावश्यक अट आहे. वॉटरगेट प्रकरणाने ही गोष्ट ऐतिहासिक रीतीने सिद्ध झाली आहे. त्यामुळे माहिती मिळवणे, त्यावर टिप्पणी करणे यांचे स्वातंत्र्य टिकविण्यासाठी झगडणे आणि त्याहून महत्त्वाचे, म्हणजे त्या स्वातंत्र्याची सक्रिय अंमलबजावणी करणे हे वृत्तपत्रांचे मूलभूत कर्तव्य ठरते. हे करताना वृत्तपत्रे 'लोकशाहीचे संतुलन साधणारी तरफ' ही आपली भूमिकाच पार पाडत असतात. लोकशाही व्यवस्थेच्या यशस्वी प्रयोजनासाठी आवश्यक घटक म्हणजे निकोप सत्यान्वेषी लोकमत तयार करण्याचे आपले कर्तव्य वृत्तपत्रे या द्वारे पार पाडत असतात. निकोप लोकमत म्हणजे एखाद्या घटनेविषयीच्या सत्य ज्ञानाने लोकांनी बनविलेले आपले मत, असे मला वाटते. विकृत बातम्यांवर आधारलेले लोकमत हे भ्रष्ट शासनाला संरक्षण देण्यात किंवा न्याय्य शासनाला खाली खेचून त्या जागी भ्रष्ट शासनाची स्थापना करण्यात यशस्वी ठरेल. असे भ्रष्ट शासन मतदारांचा विश्वासघात करते. म्हणून लोकशाहीची खरीखुरी संवेदनक्षम यंत्रणा असलेले लोकमत सत्यावर आधारलेले असले पाहिजे. आणि वृत्तपत्रांनी आपली सचोटी जपण्यासाठी का होईना, खरेखुरे निकोप लोकमत घडविण्यातील आपला वाटा उचलला पाहिजे.

वृत्तपत्रांचे सामर्थ्य

वृत्तपत्र स्वातंत्र्याच्या प्रश्नाकडे बघण्याचा आणखी एक दृष्टिकोण आहे. शासनाचे सर्वांत स्वाभाविक मूल्य म्हणजे सत्ता. ती त्याची पहिली चिंता असते. सत्तेचा वापर करणे शासनाला आवडते आणि ती टिकविण्यासाठी अनेक उपाय योजण्यात त्याला आनंद मिळतो. एक सत्ता दुसऱ्या सत्तेला ओळखते. जनतेच्या तीव्र भावना प्रतिबिंबित

व जागृत करणाऱ्या शब्दांमधून येणारी सत्ता वृत्तपत्रांकडे असते. याची अधिक सविस्तर चर्चा आपण नंतरच्या एका प्रकरणात करणार आहोत. खरे तर लोकभावना केवळ ओळखण्यातच नव्हे, तर ती निर्माण करण्याच्या क्षमतेतच वृत्तपत्रांचे सामर्थ्य वसलेले आहे. विनोबा भावे गोहत्येवर मोठ्या प्रमाणावर बंदी आणण्यात यशस्वी झाले ते गोहत्याबंदी हा स्पष्टपणे न्याय्य आणि तर्कशुद्ध उपाय होता, म्हणून नव्हे, तर या मागणीला देशातील बहुसंख्य हिंदूंचा पाठिंबा होता, म्हणून. पत्रकाराच्या शब्दाचे सामर्थ्य हे लोकभावनेचे सामर्थ्य असते आणि त्यामुळेच शासकीय सत्ता वृत्तपत्रीय सत्तेला घाबरून असते. लोकशाही देशांची शासने वृत्तपत्रस्वातंत्र्य सहन करतात, कारण त्या देशांतील लोकांची वृत्तपत्रस्वातंत्र्याशी भावनिक बांधिलकी असते. ही बांधिलकी हेच खरोखर त्यांच्या सांस्कृतिक व बौद्धिक प्रगतीचे रहस्य असते.

लोकांच्या स्वातंत्र्याशी असलेल्या बांधिलकीचा अभाव ज्या देशात असतो, त्या देशातील वृत्तपत्रांची परिस्थिती खरे तर चीड निर्माण करणारी असते. एका बाजूला त्यांना आपल्या सामर्थ्याचा अभिमान असतो. आपण काही अमूर्त कल्पनांचा, प्रेरणांचा व्यवहार करतो, साखर तूप यांसारख्या भौतिक वस्तूंचा नव्हे; या वस्तुस्थितीचा अभिमान बाळगणे त्यांना आवडते. पण वाचकांकडून प्राप्त होऊ शकणाऱ्या प्रतिसादामध्ये त्यांच्या कल्पनांचे, प्रेरणांचे सामर्थ्य सामावलेले असते. ज्या देशातील नागरिकांची स्वातंत्र्याशी बांधिलकी नसते, त्या देशात स्वातंत्र्याच्या मूल्याची शिकवण देण्याचे काम वृत्तपत्रांना करावे लागते. स्वातंत्र्यातच आपली प्रगती आहे, हे जनतेला पटवून द्यावे लागते. स्वातंत्र्याशिवाय प्रगतीचे आश्वासन देणाऱ्या घोषणांतील पोकळपणा जनतेच्या लक्षात आणवून द्यावा लागतो. हे एक दीर्घ आणि कष्टाचे काम आहे; आणि जनतेची स्वातंत्र्याशी बांधिलकी नसल्यामुळे चीड निर्माण करणाऱ्या परिस्थितीत सापडलेल्या वृत्तपत्रांना हे हेवा न वाटणारे काम करावे लागते. पण हे काम करण्यासाठी सर्वप्रथम पत्रकारांची स्वत:ची स्वातंत्र्याशी बांधिलकी असावी लागते. सुदैवाने भारतीय पत्रकारांना आपल्या स्वत:च्या व्यवसायाच्या इतिहासातूनच स्फूर्ती मिळविणे शक्य आहे. भारताच्या स्वातंत्र्य- लढ्यात पत्रकार आणि वृत्तपत्रे यांनी पुढाकार घेतला होता. सुदैवाने ब्रिटिश शासकांमधील चांगला वर्ग स्वातंत्र्याची बांधिलकी मानणारा होता. पण या वर्गातीलच माणसे शासनकर्ते म्हणून लाभण्याचे भाग्य भारताच्या वाट्याला नेहमीच आले, असे नाही. वृत्तपत्रस्वातंत्र्यावर धर्मासारखी श्रद्धा ठेवणारे आणि त्यासाठी आपल्या गव्हर्नर जनरल-पदाचाही त्याग करणारे चार्लस् मेट्काफसारखे शासक फारच थोडे होते. लॉर्ड लिटन आणि लॉर्ड कर्झन यांच्यासारख्यांनाच तोंड देण्याची पाळी भारतीयांवर आली. वृत्तपत्रांवर बंधने लादण्यानेच त्यांना आनंद होई. पण स्वातंत्र्यासाठी लढणाऱ्या भारतीय पत्रकारांनी त्यांना तोंड दिले आणि भारतीय स्वातंत्र्ययुद्धात परिणामकारक भूमिका बजावली. टिळक, गांधी,

राजाजी आणि मौलाना आझाद यांच्यासारखी माणसे यशस्वी पत्रकारदेखील बनली, हा काही एक योगायोग नव्हे. आपल्या वृत्तपत्रीय व्यवसायाची सांगड त्यांनी स्वातंत्र्याच्या तत्त्वाशी घातली होती.

वृत्तपत्र खऱ्या अर्थाने लोकशाही स्वातंत्र्याची तरफ बनू शकते; मात्र त्यासाठी त्याने स्वत:ला प्रचाराचे हत्यार न मानता शिक्षणाचे साधन मानले पाहिजे. प्रचार हा अपरिहार्यपणे अर्धसत्यांचा प्रसार असतो. प्रचारक हा स्वत:शी प्रामाणिक असू शकेल; पण आपले विशिष्ट मत हे आपल्यापुढे असलेल्या विषयावरील अखेरचा शब्द आहे असा भ्रम तो स्वत: बाळगतो आणि इतरांचाही तो तसाच समज करून देतो. सत्य हे इतके व्यामिश्र आणि व्यापक असते, की त्याबाबत असे अखेरचे शब्द नसतात. विविध परस्परविरोधी मते समोरासमोर आल्यानंतरच शेवटी सत्य बाहेर येते. परस्परांतील देवघेव आणि टीका किंवा समीक्षा ही सत्यशोधनातील प्राथमिक अट आहे. म्हणूनच विश्वसनीय निष्कर्षापर्यंत पोचण्यासाठी वस्तुनिष्ठ प्रयोग आणि निरीक्षणे हाच मूलभूत आधार असलेल्या विज्ञानाच्या क्षेत्रात परस्परांतील देवघेवीला सर्वाधिक महत्त्व दिले जाते. दैनंदिन जीवनात याला अधिकच महत्त्व आहे. कारण तेथे अनेक वेळा सत्याने मुखवटे घातलेले असतात आणि त्याचे अचूक स्वरूप बघण्यासाठी ते मुखवटे काळजीपूर्वक दूर करावे लागतात. वस्तुत: तथ्यांची फक्त अपूर्ण समज असलेल्या श्रद्धांना सत्य मानणाऱ्या आणि त्यासाठी त्यागसुद्धा करण्याची तयारी असलेल्या प्रामाणिक प्रचारकाला सत्याच्या या मुखवटाधारी स्वरूपामुळे वाव मिळतो.

वृत्तपत्राने स्वत:ला प्रचारकी मोहापासून आवरले पाहिजे आणि सत्याचा प्रसार केला पाहिजे. ही मागणी काहीशी विरोधाभासात्मक दिसते. ज्याचे सत्याचे ज्ञान अचूक नाही, तो सत्याचा प्रसार कसा करू शकेल? त्याचे उत्तर असे आहे, की आपल्या सत्याबद्दल थोडेसे विनम्र राहणे, एवढेच काय, थोडे संशयी राहणे कुणालाही शक्य आहे. अर्थात ज्याला गोष्टी जशा दिसतील, तशाच तो सांगणार. खरे तर त्या विश्वसनीय वाटतील, अशा रीतीने त्यांचा प्रसार करण्यासाठी त्यांच्यावर कुठल्या ना कुठल्या प्रकारची श्रद्धा असणे आवश्यक असण्याची शक्यता आहे. पण त्याच वेळी त्या पुन्हा तपासून घेण्याची तयारी ठेवणे कुणालाही शक्य आहे. सॉक्रेटिसच्या 'न तपासलेले आयुष्य जगण्यायोग्य नसते,' या प्रसिद्ध वचनाचा हाच अर्थ असावा. जीवनाचे परीक्षण सतत करावे लागते ते केवळ जीवन सतत बदलत असते, म्हणूनच नव्हे, तर आपली जीवनाबद्दलची समज अतिशय अपुरी असते, म्हणूनही!

आपली स्वत:ची किंवा आपल्या पत्राची जाहीर मते ही अंतिम सत्ये आहेत, असे न मानण्याने वृत्तपत्राचा किंवा नियतकालिकाचा संपादक हे तत्त्व व्यवहारात आणू शकेल. आपल्या स्वत:च्या किंवा आपल्या वृत्तपत्राच्या भूमिकेशी सरळसरळ विरोधी असलेल्या प्रतिक्रियांनाही प्रसिद्धी देऊन तो आपल्या मतांचे सातत्याने परीक्षण करू शकेल. आपल्या विधानांच्या सत्याबद्दल शंका उपस्थित करणारे लेख व पत्रे छापण्यास संपादकाने विशेष उत्सुक असले पाहिजे. एखाद्या वृत्तपत्राची गुणवत्ता ठरवताना केवळ त्यातील बातम्यांचे संपादन आणि संपादकीय स्तंभांचा दर्जाच नव्हे, तर त्याच्यातील वाचकांच्या स्तंभातील जोम आणि वैविध्यही ध्यानात घेतले पाहिजे.

अशा रीतीने वृत्तपत्र हे एक शिक्षणाचे साधन बनू शकेल. लोकमत घडविण्यात वृत्तपत्रांचा सक्रिय सहभाग असल्यामुळे लोकमानस क्षुब्ध करणाऱ्या प्रश्नांबाबत वाचकांना योग्य तऱ्हेने पुरेशी माहिती दिली जाते आहे ना, याकडे संपादकाने लक्ष दिले पाहिजे. या प्रश्नाच्या सर्व उलटसुलट बाजू तपासून, त्याच्या सर्व कंगोऱ्यांसह ते सच्चेपणाने वाचकांपुढे मांडणे हे संपादकाने आपले पवित्र कर्तव्य मानले पाहिजे. ते करताना बहुतेक वेळी त्याला, सॉक्रेटिसच्या शब्दांत सांगायचे, तर 'समाजाची गोचीड' बनावे लागते. सॉक्रेटिसने या भूमिकेचा आनंदाने स्वीकार केला, कारण समाजधुरीणांनी समाजाची दिशाभूल करण्याची कला आत्मसात केली आहे, असे त्याला आढळले. प्रश्नांभोवती जमलेले धुक्याचे अवगुंठन दूर करून त्यांचे सत्य स्वरूप स्पष्ट करण्यासाठी त्याने संवादपद्धतीचा चपखल स्वीकार केला. आजच्या संपादकाला सॉक्रेटिसच्या संवाद-पद्धतीचे रूपांतर भिन्न मताला वाव देणाऱ्या नि:पक्षपाती पद्धतीत करता येईल. प्रश्नांचे जटिल स्वरूप आणि प्रचारसाधनांची बहुविधता यांमुळे आधुनिक काळात समाजधुरीण हुकुमशाही शैली सहजगत्या अंगीकारतात. सत्य हे व्यामिश्र, विशाल, अतर्क्य असून त्याच्या निदान अंशाचा शोध घेण्याचा अक्षरश: प्रत्येकाला हक्क असणे हा लोकशाहीच्या श्रेष्ठ गुणधर्मांपैकी एक आहे, ही वस्तुस्थिती विसरण्याकडे अगदी लोकशाहीच्या पुढाऱ्यांचाही कल असतो. या दृष्टिकोणासाठी आवश्यक असलेली विनयशीलता जोपसण्यात आजच्या पुढाऱ्यांना हाती असलेल्या व्यापक सत्तेमुळे अपयश येते. वाढत्या हुकुमशाही प्रवृत्ती हे आधुनिक समाजाचे वैशिष्ट्य बनले आहे; आणि फक्त राजकीय पुढारीच नव्हे, तर जीवनाच्या इतर अनेक क्षेत्रांतील पुढाऱ्यांचाही वाढत्या सत्तेचा दिमाख दाखवण्याकडे कल असतो. या परिस्थितीत निदान संपादकाने तरी समाजाची गोचीड बनणे आवश्यक ठरते. आज खरी गरज आहे, ती सार्वजनिक जीवनात मेहनतपूर्वक सहभागी होऊनही, सत्ता स्वभावत:च भ्रष्ट करते, असे मानून तिला स्पर्शही न

करणाऱ्या एका विशेष प्रकारच्या सामाजिक व राजकीय कार्यकर्त्याच्या उदयाची! सॉक्रेटिसच्या अर्थाने गोचीड बनणे हेच त्याने आपले जीवनकार्य ठरविले पाहिजे. सॉक्रेटिस हा एक विशेष प्रकारचा गोचीड होता, हे त्याने विसरून चालणार नाही. त्याचा चावा हा एक शोध असे, प्रश्नांची जटिलता स्पष्ट करून लोकांनी प्रेमाने जोपासलेल्या श्रद्धांची हास्यास्पदता त्यांना दाखवून देणारा असे. यासाठी एका खास मनोवृत्तीची, एकाच वेळी खोटेपणा नाकारण्यात निष्ठुर पण अमर्यादितपणाने सहनशील अशा सर्वोत्कृष्ट लोकशाही मनोवृत्तीची गरज आहे. वेळेचे सतत दडपण असणाऱ्या आणि अंतिम कालमर्यादेवर सतत डोळा ठेवणाऱ्या संपादकाला अशा तऱ्हेची मनोवृत्ती सोयीची नसण्याची शक्यता आहे. पण निदान आपण सतत घाईत असतो, याचे भान त्याने बाळगले पाहिजे.

सॉक्रेटिस म्हणाला होता, 'परीक्षण न केलेले आयुष्य जगण्यायोग्य नसते.' सॉक्रेटिसची मनोवृत्ती अंगी बाणवणे संपादकाला सहजपणे शक्य होईल, असे नाही. परंतु टीका नेहमी विध्वंसकच असली पाहिजे, असे नाही; तर जास्त करून ती रचनात्मक असावी, हे लक्षात ठेवण्याची काळजी तो घेऊ शकेल. रचनात्मक टीकादृष्टी ही निरोगी लोकमताच्या निर्मितीची व्यवच्छेद अट आहे. लोकशाही समाजात लोकमताने आपली संतुलन साधण्याची भूमिका पार पाडावयाची असेल, तर ते लोकमत बहुश्रुत आणि विचारी असायला हवे. ते केवळ चळवळ असून चालणार नाही. याचा अर्थ सार्वजनिक जीवनातून भावनेची हकालपट्टी व्हावी असा नाही. पण ती भावना, बुद्धी आणि विचार यांची परिणती असावी. बुद्धीमुळे भावनेचा विलय होत नाही, तर तिला एक वेगळी छटा प्राप्त होते. विचारी टीकाकार हा सर्वोत्कृष्ट शिक्षणतज्ज्ञ होऊ शकतो; आणि सर्व बाबतींत तसे बनण्याचा प्रयत्न संपादकाने केला पाहिजे. आपल्या विद्यार्थ्यांना सत्याचा शोध घ्यायला आणि स्वतः विचार करायला जो शिक्षक शिकवतो, तोच खरा शिक्षणतज्ज्ञ होय. प्रसिद्ध मराठी विचारवंत व कादंबरीकार प्रो. वामन मल्हार जोशी आपल्या आयुष्याच्या शेवटी असे म्हणाले होते, की 'जर मी माझ्या विद्यार्थ्यांना स्वतः विचार करायला शिकवू शकलो, असे दिसून आले, तर माझे आयुष्य यशस्वी झाले, असे मी मानेन.' हे अवघड वाटेल, पण वाचकांना चांगली मार्गदर्शक तत्त्वे सांगण्याचे काम संपादक करू शकेल. वाचकांच्या मनाचे स्वातंत्र्य जोपासण्याचा दुसरा चांगला मार्ग म्हणजे आपले स्तंभ, तर्कसंगत होईल, इतक्या प्रमाणात, भिन्न मतांसाठी उपलब्ध करून देणे हा होय. हे प्रतिपादन म्हणजे स्वातंत्र्यपूर्व काळातील टिळक, आगरकर, मोतीलाल घोष, महात्मा गांधी, सुरेंद्रनाथ बॅनर्जी, कस्तुरी अय्यंगार, के. नटराजन्, बी. जी. सदानंद, चलपती राव आणि इतर श्रेष्ठ

संपादकांचा ज्यांनी आपणाहून स्वराज्याच्या प्रचारकाची भूमिका स्वीकारून ती पार पाडताना शब्दापलीकडील त्याग केले आणि समर्पित आणि सशक्त पत्रकारिकेतेचे नेतृत्व केले, त्यांचा धिक्कार आहे, असे वाटेल. या बुजुर्गांनी स्वीकारलेल्या पद्धतीबद्दल माझ्या युक्तिवादातून नापसंती सूचित होत आहे असे वाटेल. पण क्षणभर विचार केला, तर असे लक्षात येईल, की वरवर दिसतो तितका हा प्रश्न सोपा नाही. मी लोकशाही समाजातील लोकशाहीवादी संपादकांबद्दल बोलत आहे; टिळक-आगरकर आणि इतर हे स्वतंत्र व जबाबदार समाजाच्या निर्मितीसाठी प्रयत्न करणाऱ्या स्वतंत्र, लोकशाही देशात राहत नव्हते. ते प्रथमतः ब्रिटिशांना हाकलून देण्यासाठी लढत होते. दुसरी गोष्ट अशी, की ते केवळ प्रचारक नव्हते. स्वातंत्र्य आणि संस्कृतीचा एक नवा युगधर्म निर्माण करण्याचा त्यांचा प्रयत्न होता. त्यांच्यापैकी बहुतेकांचे नव-भारताचे एक स्वप्न होते आणि आपल्या वाचकांच्या मनांवर आपले आदर्श बिंबविण्याचा ते प्रयत्न करत होते. काही संपादक फक्त जहाल टीकेतच पटाईत होते. महाराष्ट्रातील या वर्गाचे प्रतिनिधी म्हणून अच्युत बळवंत कोल्हटकर आणि तटणीस यांचा उल्लेख करता येईल. परंतु त्यांच्यापुढेही एक जीवितकार्य होते. गांधीजी, टिळक आणि इतरांना भारतीय पत्रकारितेत प्रेमादराचे स्थान मिळाले, ते भारतीय राष्ट्रवादाच्या विकासात त्यांनी बजाविलेल्या बृहत्तर भूमिकेमुळे.

अंगभूत सुधारयंत्रणा ठप्प करणारे घटक

संपादकांनी निकोप लोकमत तयार करण्याची भूमिका बजावावी, असे जेव्हा मी म्हणतो, तेव्हा मला असे सुचवायचे असते, की त्यांनी लोकशाहीच्या अंगभूत सुधारयंत्रणांचे संरक्षण करण्याचा प्रयत्न करावा. दुसऱ्या शब्दांत सांगायचे, म्हणजे त्यांनी आपली नेहमीची संतुलन राखण्याची भूमिका जोमाने आणि निष्ठेने पार पाडावी. हे काम सोपे आहे, असे मुळीच नाही. कारण लोकशाहीची अंगभूत सुधार-यंत्रणा ठप्प करण्याकडे अनेक घटकांचा कल असतो. त्यांतील सर्वांत जास्त अस्वस्थपणा निर्माण करणारा घटक म्हणजे नागरिकांचे औदासीन्य. जनतेला सर्वसामान्यपणे राजकारणात रस नसतो. जोपर्यंत दैनंदिन जीवनात ढवळाढवळ होत नाही, तोपर्यंत राज्ययंत्रणा कोणाच्या ताब्यात आहे किंवा शासनाचा कारभार कोण चालवीत आहे, याची फिकीर जनता करत नाही. नागरिकांमध्ये आपल्या हिताची जाणीव निर्माण करणे किंवा त्यांची निद्रिस्त कर्तव्यबुद्धी जागृत करणे हे फार जिकिरीचे काम आहे. तातडीने लक्ष दिले नाही तरी चालेल, अशा राजकीय धोरणासारख्या गोष्टींबद्दल नागरिक अत्यंत आळशी असतात. निवडणुकीत मतदान न करणाऱ्या मतदारांच्या मोठ्या संख्येवरून ही उदासीनता दुःखद रीत्या लक्षात येते. शिवाय जात, धर्म यांनी निर्माण केलेले प्रदीर्घ काळचे पूर्वग्रह लोकशाही

पद्धतीचा जोम शोषून घेतात. याशिवाय गटांचे हितसंबंध भ्रष्टाचाराला जन्म देतात. भ्रष्टाचारी कृत्यांमुळे व्यक्तीला तात्कालिक लाभ मिळतात; परंतु त्यामुळे समाजाच्या दीर्घकालीन हितसंबंधांना धोका पोचतो. परदेशी वस्तूंच्या हव्यासासारख्या काही आकर्षणांमुळे चोरट्या आयातीसारख्या दुष्कर्मांसाठी अनुकूल भूमी तयार होते. सहज लाभ आणि झटपट अर्थप्राप्ती यांपासून इतर बाबतींत सभ्य असणाऱ्यांनासुद्धा परावृत्त करणे कठीण असते. परंतु यामुळे लोकशाहीसाठी आवश्यक असे वातावरण बिघडून जाते. वृत्तपत्रांनी लोकांची ही कमकुवत बाजू सातत्याने उघड केली पाहिजे आणि लोकशाही जीवनाच्या तत्त्वांकडे त्यांचा कल वळविला पाहिजे. हे काम अवघड आहे. लोकशाही आणि सभ्यता– वाईट गोष्टींपासून दूर राहणारी निष्क्रिय सभ्यता नव्हे, तर वाईट गोष्टींचे निर्मूलन करणारी सक्रिय सभ्यता– या अंतिमत:, निदान सार्वजनिक जीवनात तरी एकच आहेत, हे वाचकांच्या विवेकबुद्धीवर ठसविण्याचे प्रयत्न करण्याचे हे काम आहे. याबाबतीत वृत्तपत्रांचे स्थान विशेषाधिकाराचे आहे. वृत्तपत्रे आपला व्यवहार शब्दांमधून करतात. माणसाच्या अंतर्जीवनाच्या संवेदनक्षम नसांवर परिणाम करण्याचे सामर्थ्य शब्दांच्या ठायी असते. शब्द केवळ माहिती प्रसारित करत नाहीत, तर तसे करताना मानवी मनाच्या गाभ्यातील प्रतिसादांना आवाहन करतात. माणसाच्या अंतर्मनातील जाणिवेवर जीवनाने जे निराकार ठसे ठेवलेले असतात, त्यांना जागे करून आकार देण्याचे काम शब्द करतात. माहितीची प्राथमिक गरज भागविताना ते तिच्यात निकोप कल्पनेच्या छटा भरू शकतात. लोकशाहीची आणि अंतिमत: आपली स्वत:ची जोपासना करण्यासाठी वृत्तपत्रे हे करू शकतात आणि त्यांनी ते केले पाहिजे.

सत्ता

लोकशाहीच्या अंगभूत सुधारयंत्रणांना सर्वांत गंभीर आव्हान असते, ते सत्तारूढ शासनाचे. सत्ता गमविण्याच्या शक्यतेला कोणतेही शासन आनंदाने सामोरे जात नाही. ते मनुष्यस्वभावाच्या विरुद्ध आहे. म्हणून पुढील निवडणुकीत जनतेने स्वत:ला नि:शंकपणाने आपल्या हाती सोपवावे, असे वळण लोकमताला लावण्याचा जास्तीत जास्त प्रयत्न शासन करते. जनतेच्या विचारांना दिशा देण्याचा ते अनेक मार्गांनी प्रयत्न करते. यासाठी सरळ मार्ग वापरण्यात आले, तर त्याला कुणी आक्षेप घेणार नाही; निदान कुणी घेऊ नये. काही झाले तरी इतर कोणाहीप्रमाणेच शासनालाही प्रचाराचा हक्क असतोच. परंतु शासनाला वेडेवाकडे पण जवळचे वाटणारे मार्ग वापरण्याचा मोह होतो. हेही मानवी स्वभावाला धरून आहे. प्रामाणिक प्रचाराऐवजी सत्ता आणि लालूच यांचा ते उपयोग करते. अशा वाकड्या मार्गाचा अवलंब करण्याचा मोह शासनाला का होतो हे आपल्याला कळू शकते. प्रत्येक नवे शासन

अपेक्षा वाढवून ठेवते, पण वास्तवात त्या पुऱ्या होण्याचा संभव नसतो. निवडणूकीपूर्वी अवास्तव आश्वासनांची खैरात करण्याचा मोह पडतो. मतदारही प्रत्येक नव्या शासनाकडून फार मोठ्या अपेक्षा बाळगतात. म्हणून लोकमताला गैरमार्गाने वळण लावण्याचा शासनाचा प्रयत्न समजू शकतो; पण न्याय्य ठरू शकत नाही. एखादे लोकशाही शासन जेव्हा सत्ताग्रहण करते, तेव्हा ते केवळ राजकीय जबाबदारीच स्वीकारत नाही, तर लोकशाहीची चौकट सांभाळण्याची, तिचे गुणधर्म जतन करण्याची आणि तिच्या जिवंततेचे झरे शाबून ठेवण्याची नैतिक जबाबदारीही स्वीकारते. परंतु फारच थोडी शासने इतकी उच्च विचारसरणी मानतात. उच्च विचारसरणी हा सत्तेच्या खेळाचा नैसर्गिक गुण नाही; आणि या खेळात जे प्रवीण असतात, तेच सत्ता जिंकण्याची शक्यता असते. काही असले, तरी सत्ता व लालूच या जवळच्या मार्गांचा अवलंब करण्याचा मोह शासनांना होतो. त्यांच्या हाती उपकृत करण्याची मोठी ताकद असते आणि पुढाऱ्यांना विकत घेण्यासाठी ते त्या सत्तेचा चातुर्याने उपयोग करतात. समाज ही जर एखादी सोपी, एकजिनसी गोष्ट असती, तर हे इतक्या सहजपणे शक्य झाले नसते. समाजाचे मोठे विभाग जर चांगले शिक्षित आणि राजकीयदृष्ट्या जागरूक असते, तर या उपकृत करण्याच्या शक्तींचा तितका कावेबाज धोका वाटला नसता. आपला समाज मागासलेला आणि राजकीयदृष्ट्या अडाणी आहे. शिवाय तो व्यामिश्र असून जातिभेदांनी त्याला तडे गेले आहेत. शासन आपल्या स्वार्थासाठी हे भेद कौशल्याने राबवू शकते आणि त्याची किंमत मात्र समाजाला चुकवावी लागते. व्यापक समाजहिताचा बळी देऊन अशा भेदांचा शासन कौशल्याने फायदा उठवू शकते. समाजातील विविध गटांची परिस्थिती पूर्वीइतकीच दयनीय राहिली, तरी त्यांच्या तीव्र भावना आणि पूर्वग्रह यांचा कौशल्याने वापर करून निवडणुकांमध्ये त्यांनी आपल्याच उमेदवारांना मते द्यावीत अशी व्यवस्था शासन करू शकते. मुस्लिम समाज हे याचे नेमके उदाहरण आहे. हा समाज पूर्वी होता, तितकाच आजही मागासलेला राहिला आहे. आपलाच पराभव करणारे त्यांचे पूर्वग्रहही तसेच आहेत. पण तो समाज सतत एकामागून एक आलेल्या काँग्रेस शासनांनाच मत देत आला आहे. कारण कुठलेही काँग्रेसी शासन आपल्या (मुस्लिम) वैयक्तिक कायद्यात ढवळाढवळ करणार नाही, अशी त्याला खात्री देण्यात आली आहे. वास्तविक पाहता हा कायदाच त्या समाजाच्या मागासलेपणाचे कारण आहे. फक्त १९७७ सालच्या लोकसभा निवडणुकीत सक्तीच्या नसबंदी मोहिमेमुळे चिडलेल्या उत्तर भारतीय मुस्लिमांनी काँग्रेसविरोधी मतदान केले. पण ते तात्पुरते ठरू शकेल. ग्रामीण भूमिहीन समाजाच्या स्थितीतही गेल्या अनेक वर्षांत जवळपास काहीही सुधारणा झालेली नाही. तरीही हा समाज सातत्याने काँग्रेसच्या शासनांनाच मते देत आला आहे. अपवाद फक्त १९७७ चा. त्या वेळच्या विशेष

परिस्थितीमुळे उत्तरेतील हा समाज जनता पक्षाकडे झुकला होता. हा परिणाम साध्य करण्यासाठी आत्तापर्यंत सत्तेच्या रचनेचा चातुर्याने फायदा घेण्यात आला आहे. फक्त काँग्रेस शासनच नव्हे, तर सर्वच शासनांनी निवडणुकीतील आपले स्थान बळकट करण्यासाठी अंगभूत हुशारीने जातिभेद आणि प्रादेशिक भेद यांचा उपयोग केला आहे.

उपकार करण्याच्या शक्तीखेरीज केंद्रातील काँग्रेस शासनाच्या हातांत चित्रवाणी आणि नभोवाणीच्या रूपात प्रचाराची दोन प्रभावी साधने होती. आणि विविध राज्यांतील आपल्या घटकांना त्या माध्यमांचा पूर्ण उपयोग करण्याची मुभा त्याने दिली होती. आपणच नेमलेल्या आयोगाची, आकाशवाणीला स्वायत्त सार्वजनिक महामंडळाचे रूप देण्याची तातडीची शिफारस स्वीकारण्यास काँग्रेस शासनाने नकार दिला, तो काही उगीच नाही. नभोवाणी आणि चित्रवाणी या शैक्षणिक संस्था असल्याचा शोध मग त्याने लावला. पण शिक्षण आणि प्रचार यांतील भेद मात्र ते सोयीस्कररीत्या विसरले. खुली चर्चा हा शिक्षणाचा पाया आहे, आणि शासनाची मक्तेदारी असलेल्या नभोवाणी व चित्रवाणीमध्ये ती अभावानेच आढळते, या वस्तुस्थितीकडे त्यांनी चातुर्याने दुर्लक्ष केले.

*आता जनता शासन या संस्थांना स्वायत्तता देण्याच्या आणाभाका घेत आहे. त्या प्रत्यक्षात आणण्यासाठी त्याने काही पावले उचलली आहेत, हे नक्की. नभोवाणी आणि चित्रवाणी यांचे ते स्वायत्त महामंडळात रूपांतर करतीलही. परंतु शासनाच्या निधीवर अस्तित्व अवलंबून असलेली ही स्वायत्त महामंडळे प्रत्यक्षात कशी वागतील, हे पाहावे लागेल. सद्य:स्थितीत शासनाच्या हातांत आणखी एक सत्ता आहे, आणि शासन ती आडमार्गाने वापरू शकते. सार्वजनिक क्षेत्राच्या विकासाबरोबर भारतीय वृत्तपत्रसृष्टीत शासनाला जाहिरातदार म्हणून मोक्याचे स्थान प्राप्त झाले आहे. त्यामुळे हा महत्त्वाचा जाहिरातदार रागावू नये, म्हणून भारतीय वृत्तपत्रे आणि नियतकालिकांना जपून वाटचाल करावी लागते. वृत्तपत्रांच्या सत्ता-रचनेत जाहिराती अतिशय अप्रिय भूमिका पार पाडण्याचा संभव असतो. अनेकदा संपादकाला तापदायक ठरेल, अशा पद्धतीने व्यवस्थापकाच्या हातांत सत्ता गेल्यामुळे वृत्तपत्राच्या सत्तारचनेत अप्रिय भूमिका बजावण्याकडे जाहिरातींचा कल असतो. परंतु जोपर्यंत जाहिरातींवर एखाद्या संस्थेची मक्तेदारी निर्माण होत नाही, तोपर्यंत व्यवस्थापक आणि संपादक यांना थोडी मोकळीक मिळू शकते, आणि तिचा ते आपल्या वृत्तपत्राच्या फायद्यासाठी उपयोग करू शकतात. परंतु जेव्हा जाहिरातींसंबंधी मक्तेदारी निर्माण होते, तेव्हा ती संवेदनक्षम जागी आघात करू शकते आणि सार्वजनिक क्षेत्रातील जाहिराती ही एक विशेष सामर्थ्यशाली मक्तेदारी असते. खासगी जाहिरातदाराला

फक्त आपल्या वस्तूंचा खप वाढविण्यात रस असतो. सार्वजनिक क्षेत्राला जाहिरातीमागे दडलेल्या सत्तेतच फार रस असतो. वृत्तपत्रीय कागदाचे नियंत्रण ही शासनाच्या हातांतील दुसरी एक सत्ता आहे. वृत्तपत्राच्या संपादकाला आणि व्यवस्थापकाला ठिकाणावर आणण्यासाठी शासनाला ती वापरता येते (आणि शासन काही वेळा तशी ती वापरतेही). याखेरीज पोलिसांना खास आनंद देणारे इतरही काही नेहमीचे सल असतातच. समाजातील संपूर्ण सत्तारचनेची चर्चा आपण पुढच्या प्रकरणात करणारच आहोत. येथे एवढेच म्हटले, तरी पुरे, की वृत्तपत्रांची अक्कलहुशारी सहजतेने कुंठित करण्याइतके हे सर्व घटक मोठे असतात. परंतु त्यांचा पराभव करण्याचा आणि त्यांच्या आक्रमणापासून लोकशाहीच्या अंगभूत सुधार-यंत्रणा वाचविण्याचा निकराचा प्रयत्न वृत्तपत्रांनी केला पाहिजे. कारण या सुधारयंत्रणा म्हणजे त्यांचे स्वतःचे आरोग्य टिकविण्याची साधने असतात. पूर्वी सांगितल्याप्रमाणे केवळ लोकशाहीतच वृत्तपत्र हे वृत्तपत्र असते आणि फक्त निकोप लोकशाहीतच निकोप वृत्तपत्र जगू शकते. संतुलन साधणारी यंत्रणा हे लोकशाहीच्या आरोग्याचे रहस्य आहे आणि लोकमत ही अशी यंत्रणा आहे. निकोप लोकमत घडविण्यासाठी वृत्तपत्रांनी रचनात्मक टीकाकाराची मनोवृत्ती अंगीकारली पाहिजे. ते करणे शक्य व्हावे, म्हणून वृत्तपत्रांनी जनतेच्या समस्या व तिची परिस्थिती यांविषयी अचूक माहिती जमविली पाहिजे. बातम्यांचा मुक्त पुरवठा ही याची पहिली अट आहे. वृत्तसंपादन आणि वृत्तवितरण यांची अनेकमुखी व्यवस्था ही यासाठी आवश्यक आहे. परंतु काँग्रेस शासनाने एकच वृत्तसंस्था निर्माण करण्याचा पक्षपाती निर्णय घेतला.* सुदैवाने जनता शासनाने हा खोडसाळ प्रयोग बंद केला आहे. अर्थात बऱ्याच कालांतराने ही व्यवस्थाही छुपे वरदान ठरू शकली असती. अनेक वृत्तपत्रांना विविधता आणण्यासाठी आपल्या प्रतिनिधींवर अवलंबून राहावे लागले असते आणि यामुळे मक्तेदारी वृत्तसंस्थांच्या पद्धतीत शक्य झाली असती, त्यापेक्षा जास्त विविधता निर्माण झाली असती. पण हे वरदान निखळ ठरले नसते. बहुसंख्य वृत्तपत्रे गरीब होती आणि आहेत आणि त्यांना आपले स्वतंत्र प्रतिनिधी नेमता आले नसते. परिणामतः ही गरीब वृत्तपत्रे आणखीनच गरीब झाली असती. त्यांची माहिती गोळा करण्याची आणि इतरांना ती पुरवण्याची ताकद आणखीनच मर्यादित झाली असती.

सत्य

जनतेच्या परिस्थितीबद्दल माहिती मिळवण्यातील मोठा अडथळा म्हणजे सध्याच्या गुंतागुंतीच्या आणि उजाड समाजस्थितीमध्ये सामाजिक समस्यांचे रूपांतर निरुपाय झालेल्या बिकट अवस्थेत होत आहे, ही वस्तुस्थिती. अशा परिस्थितीत ज्याचे संपादन करणे हे वृत्तपत्रांचे उचित ध्येय आणि कर्तव्य असते, ते सत्य अधिकच

झाकोळून जाते. त्यांच्या गुंतलेल्या धाग्यादोऱ्यांची उकल करण्यासाठी केवळ कार्यक्षमताच नव्हे, तर अनेकांगी शोधांची गरज असते. समस्यांकडे विविध दृष्टिकोणांतून पाहण्याची आवश्यकता असते. यासाठी निकोप वादविवादांच्या परंपरेची गरज असते. परंतु दुर्दैवाने आपल्या देशात तिचा नीट विकास झालेला नाही. वादविवादांचे सहजगत्या संघर्षात रूपांतर होते आणि त्यात राजकीय आणि वैयक्तिक अशा दोन्ही तऱ्हेच्या निंदानालस्तीचा मोठ्या प्रमाणावर उपयोग केला जातो. यामुळे समस्यांवर प्रकाश तर पडत नाहीच. उलट, युक्तिवाद आणि प्रतिष्ठा यांचे उद्‌ध्वस्त अवशेष मागे उरतात. त्यामुळे वादविवादाच्या उत्साहाचा संकोच होतो, आणि त्याची जागा धुमसणारी शांतता घेते. परंतु महत्त्वाच्या प्रश्नांवर आपापसांत भांडणारी वृत्तपत्रे ही एक स्वागतार्ह गोष्ट आहे. सत्य जाणून घेण्यावर मर्यादा असतात; विशेषत:, अंतिम कालमर्यादा गाठण्याच्या घाईत असणारे संपादक व त्यांचे प्रतिनिधी यांच्या बाबतीत त्या अधिकच असतात. पत्रकारितेची घाईगर्दीची कामे करणाऱ्यांकडे सत्य-संपादनाचे गुंतागुंतीचे आणि संथ गतीने दीर्घकाळ चालणारे काम करण्यासाठी फारच थोडा वेळ आणि उत्साह उरतो. पण तत्त्वज्ञान आणि बुद्धिमत्ता यांच्या आधारावर परस्परांशी भांडणाऱ्या वृत्तपत्रांच्या संघर्षात सत्याच्या ठिणग्या निर्माण होणाचा संभव असतो. सत्याच्या अशा झोतांमुळे समस्यांवर प्रकाश पडू शकतो. हुकुमशाही राजवटीची तरफदारी करणारे असा युक्तिवाद वारंवार करतात, की लोकशाही देशांतील तथाकथित 'स्वतंत्र' वृत्तपत्रे केवळ परस्परविरोधी बातम्या आणि दृष्टिकोण यांचाच पुरवठा करतात आणि त्यामुळे वाचकांचा फक्त गोंधळ होतो. पण हा दृष्टिकोण उथळ आहे. लोकशाहीतील वृत्तपत्रांची भांडणे आणि संघर्ष यांमुळेच फक्त जागरूक निरीक्षकाला सत्याची काही उद्‌बोधक दर्शने घडतात. तर उलट हुकुमशाही राष्ट्रांतील वृत्तपत्रे आधीच भेसळ केलेली अर्धसत्ये किंवा पूर्ण असत्ये यांचा पुरवठा करतात. हुकुमशाही सत्तांना असत्ये सांगणे नेहमीच आवडते, असे नाही. त्या सत्तांना असत्यांत सत्यांची भेसळ करणे भाग पडते, नाहीतर त्यांची परिणती मूर्खपणात होईल. बऱ्याच वेळा या सत्ता आपली लाडकी मते व सिद्धान्त यांचा बळी होतात, आणि वरवरच्या दिलासा देणाऱ्या पण गाभ्याशी गंजत गेलेल्या मिथ्यांचे लाड करतात. या दृष्टिकोणांतून उघड उघड प्रचारकी भूमिका घेणाऱ्या वृत्तपत्रांचेही स्वागत करायला हवे; मात्र ती सर्व एकाच विचारसरणीचा प्रचार करणारी असून उपयोगी नाहीत. त्यांनी विशिष्ट दृष्टिकोणातून दिलेल्या बातम्यांतही, त्यांचा काळजीपूर्वक अभ्यास व तुलना केल्यास, पुरेसे तथ्य आढळते. हुकुमशाही देशांतील सत्याचा गळा घोटणाऱ्या शासननियंत्रित वृत्तपत्रांपेक्षा ती निश्चितच बरी.

उत्साह गमावला

ज्या कालखंडात शासनाचे वृत्तपत्रांवरील अतिक्रमण वाढत आहे, नेमक्या त्याच काळात भारतीय वृत्तपत्रांनी आपला पूर्वीचा उत्साह काही प्रमाणात गमावला आहे, असे दिसते. याची अनेक कारणे आहेत. पहिले, म्हणजे वृत्तपत्र हा एक बडा व्यवसाय झाला असून त्याची आर्थिक बाजू हे एक जबरदस्त प्रकरण बनले आहे. पूर्वी ध्येयाला वाहून घेतलेल्या कुणाही उत्साही माणसाला कुठूनतरी काही हजार रुपये उभे करून वृत्तपत्र सुरू करता येत असे. असे वृत्तपत्र कार्यक्षमतेपेक्षा श्रद्धा आणि तळमळ यावरच चालत असे. आता ते सुरू होणेही अशक्य आहे. आजकाल वृत्तपत्र सुरू होण्यापूर्वीच अमाप खर्च करावा लागतो. प्रारंभीच लाखो रुपयांची गुंतवणूक केल्याखेरीज आजकाल दैनिक वृत्तपत्र चालूच करता येत नाही. आणि नंतरही जरूर तेवढी शक्ती आणि स्थैर्य मिळेपर्यंत अनेक वर्षे लाखो रुपयांचा तोटा सहन करण्याचेही चिवट सामर्थ्य संस्थेकडे असावे लागते. फक्त बड्या भांडवलदारांनाच वृत्तपत्र सुरू करणे शक्य होते. या क्षेत्रात सहकारी तत्त्वावर काही साहस करण्याच्या कल्पनेशी खेळता येईल. पण व्यवहारात ही गोष्ट जवळपास अशक्य आहे. कुठच्याही वृत्तपत्राला निष्ठावान वाचकवर्ग मिळविण्यासाठी स्पष्ट ओळखू येणारे धोरण असावे लागते. अशा धोरणाबाबत एखाद्या सहकारी संस्थेत सहभागी होणाऱ्या अनेक व्यक्तींचे एकमत होणे कठीण. स्वतंत्र धोरण असले, तरी त्याच्याशी अनेक सभासद सहमत असणार नाहीत. शिवाय धोरण कितीही स्वतंत्र असले, तरी विशिष्ट मुद्द्यांवर निश्चित मतप्रदर्शन करावे लागते; आणि या बाबतीतही सहकारी संस्थेच्या सर्व सभासदांचे एकमत होणार नाही. शिवाय विविध प्रश्नांवरील स्वतंत्र मते सर्वसाधारण दृष्टिकोणाशी सुसंगत असायला हवीत. (नाहीतर वाचक फक्त गोंधळून जातील.) आणि या दृष्टिकोणाशीही सर्व सभासद सहमत होणार नाहीत. म्हणून सहकारी वृत्तपत्र हा वदतोव्याघात ठरण्याचीच शक्यता आहे. आपले अस्तित्व टिकविण्यासाठी प्रत्येक वृत्तपत्राला स्वतःचे असे संपादकीय व्यक्तिमत्त्व विकसित करावे लागते. सहकारी संस्थेतील अनेकांचे अशा व्यक्तिमत्त्वाबद्दलही एकमत होणार नाही. आजच्या परिस्थितीत वृत्तपत्राला सार्वजनिक हिताची आंच असलेल्या ज्ञात्या भांडवलदाराची गरज असते. असा भांडवलदार हा कुठेही दुर्मिळच; आणि भारतात तर तो फारच दुर्मिळ. कारण भारतीय भांडवलशाहीची वाढ एका विशिष्ट ऐतिहासिक परिस्थितीत झाली आहे. परतंत्र भारतातील परदेशी साम्राज्यवादी व्यापाऱ्यांना दलाल आणि कनिष्ठ भागीदारांना उपकृत करण्यात रस होता. हे दलाल आणि भागीदारच नंतर स्वतंत्र भांडवलदार बनले. आपल्या बहुसंख्य वृत्तपत्रांचे मालक मुख्य व्यापारधंद्याला साहाय्य व्हावे, म्हणून वृत्तपत्रे चालवतात. त्यामुळे संपादकाला सतत मालकाच्या दडपणाखाली काम करावे लागते, कारण सत्तेच्या बाजूने उभे

राहण्यास मालक नेहमीच उत्सुक असतो. 'हिंदुस्थान टाईम्स'चे माजी संपादक श्री. बी. जी. व्हर्गिज यांचे उदाहरण येथे सहजच आठवते. संपादकाला फक्त मालकाच्याच मर्जीवर अवलंबून राहावे लागते, असे नाही (हा मालकही अनेक बाबतींत शासनाच्या मर्जीवर अवलंबून असतो), तर कामगारांच्या मर्जीवरही अवलंबून राहावे लागते. या कामगार संघटनांना (किंवा काटेकोरपणे बोलायचे, तर विशिष्ट राजकीय विचारसरणीच्या त्यांच्या पुढाऱ्यांना) जर वृत्तपत्राचे धोरण नापसंत असेल, तर 'हिंदुस्थान टाईम्स'च्या बाबतीत झाले, त्याप्रमाणे ते वृत्तपत्राला दगा देऊ शकतात.

जाहिरात

कुठल्याही वृत्तपत्राला केवळ वाचकांच्या बळावर जगता येत नाही. जाहिरातदार, अगदी खासगी जाहिरातदारही, वृत्तपत्राच्या धोरणाबाबत उदासीन नसतो. शासनाच्या वेगवेगळ्या दडपणांमुळे आणि नियंत्रणांमुळे तो इतका जखडलेला असतो, की राजकीयदृष्ट्या तटस्थ किंवा निरुपद्रवी वृत्तपत्रांनाच जाहिरात देणे त्याला पसंत पडते. अलीकडच्या काळातील सर्वांत महत्त्वाची गोष्ट म्हणजे शासनाचा जाहिरातीतील वाटा. देशाच्या आर्थिक जीवनातील शासनाच्या वाढत्या सहभागाबरोबरच हा वाटा रोजच्या रोज वाढत आहे. केवळ सार्वजनिक क्षेत्रच नाही, तर शासनाची वेगवेगळी नागरी आणि लष्करी खातीही बडी जाहिरातदार बनली आहेत; आणि नियंत्रणाचे हत्यार म्हणून ह्या वस्तुस्थितीचा उपयोग करण्याचे त्यांना काही वाटत नाही. वृत्तपत्रांना याखेरीज इतरही अनेक बाबतींत शासनाच्या मर्जीवर अवलंबून राहावे लागते. उदाहरणार्थ, मंत्र्यांच्या किंवा शासकीय प्रवक्त्यांच्या खास मुलाखती!

आश्रय

वृत्तपत्रव्यवसायातील सर्वांत जास्त भ्रष्टाचारी घटक, म्हणजे आश्रय! तो खरोखर खोडी काढू शकतो आणि अनेकदा काढतोही. आधी सांगितल्याप्रमाणे, आजचा पत्रकार हा काही स्वातंत्र्यपूर्व काळातील ध्येयवादी, विद्वान पत्रकाराच्या मूळ नमुन्याबरहुकुमचा पत्रकार नाही. तो न्याय्यपणेच जास्त चांगले आणि संपन्न आयुष्य जगतो. पण त्यामुळे त्याच्या अंतरंगातील पीळ सैल होण्याची शक्यता असते. अर्थात नव्या पत्रकाराने आपल्या दिग्गज पूर्वसूरींपेक्षा अनेक बाबतींत अधिक प्रगती केली आहे. पूर्वीच्या महान पत्रकारांपेक्षा त्याच्याकडे अधिक चांगली साधनसामग्री आहे आणि तो अधिक सफाईदारही आहे. तो इतका वेगळा झाला आहे, की जणू त्याची एक नवी जात निर्माण झाली आहे, असा ग्रह व्हावा. आशय आणि मांडणी या दोन्ही बाबतींत आजची वृत्तपत्रे कितीतरी सरस आहेत. कल्पना आणि विषय यांचा अधिक विस्तृत असा पल्ला ती गाठतात. पूर्वीच्या पत्रकारांच्या दृष्टिपथात

क्वचितच आलेल्या जीवनाच्या विविध अंगांना ती स्पर्श करतात. पूर्वीच्या पत्रकारांनी स्वप्नातही पाहिली नसेल, अशी कार्यक्षमतेची श्रेणी नवी वृत्तपत्रे दाखवून देतात.

पण सचोटी ही वेगळी गोष्ट आहे. स्वातंत्र्यपूर्व काळातील पत्रकार काही वेगळ्याच मातीचे बनलेले होते. त्यांच्या दृष्टीने पत्रकारितेसाठीच ते जन्माला आलेले होते. आज-कालच्या पत्रकारांच्या दृष्टीने तो व्यवसाय किंवा धंदा बनला आहे. आपले नैपुण्य वापरून उत्पन्न (तेही एका विशेष दर्जाचे) कमविण्याचा, इतर अनेक उद्योगांसारखाच एक व्यवसाय! जुन्या काळातल्या अभिमानाचा त्यांच्यात अभाव आहे. आपण जो माल विकतो आहोत, तो दुकानांच्या खिडक्यांत मांडलेल्या मालापेक्षा गुणात्मकदृष्ट्या पूर्णपणे वेगळा आहे, याची त्या काळातल्या पत्रकारांना जाणीव होती. आपण ज्यांचा व्यवहार करतो, त्या वस्तू नव्हेत, तर कल्पना (ideas) आहेत आणि ज्या कागदावर त्या छापल्या जातात, त्यांच्यापेक्षा त्या मूलतःच भिन्न आहेत याची आजच्या पत्रकारांना क्वचितच आठवण होते. आपण शरीराची नाही, तरी मनाची गरज भागवितो आणि त्या मनाचा शरीराशी एकास एक असा संबंध नसतो, याचाही त्यांना विसर पडला आहे. केवळ पत्रकारांनीच नव्हे, तर बहुसंख्य व्यावसायिकांनी कल्पनांचा उपयोग करावा, अशी आताची वेळ आहे. पण पत्रकाराच्या दृष्टीने कल्पना ही काही वेगळी गोष्ट नसते; कल्पना हेच त्याचे संपूर्ण अस्तित्व असते. तो उत्कृष्ट लेखक असतो आणि त्याचे लेखक असणे हाच त्याच्या अभिमानाचा आणि विशेषाधिकाराचाही विषय असतो. पण हा विशेषाधिकार आपल्याबरोबर काही कर्तव्येही आणतो आणि त्यासाठी सचोटीची आवश्यकता असते.

आज बातम्यांचे स्रोत आश्चर्यकारकरीत्या वेगवान आणि वैविध्यपूर्ण झाले आहेत. त्यांच्यावर प्रक्रिया करण्यासाठी मोठ्या कौशल्याची आणि चापल्याची आवश्यकता असते. त्याबाबत आजच्या पत्रकाराला अभिमान बाळगायचा हक्कच आहे. परंतु माहितीच्या वाढीची बरोबरी करण्याइतका मोहांचाही अतिरेक होत आहे. त्यामुळे माहिती व मते यांच्या बेसुमार वाढीला तोंड देण्याच्या क्षमतेशी सहजगत्या तडजोड केली जातो. हे मोह आणि मन वळविणाऱ्या गोष्टी पत्रकाराला सत्तेच्या बाजूने उभे राहायला लावतात. याहून वाईट गोष्ट अशी, की असे करण्यात आपण आपले कर्तव्यच बजावतो आहोत, असा विश्वास त्याच्यात निर्माण करून त्याला बळकट बनवतात. परदेशवारीच्या आकर्षणापासून परदेशी व्हिस्कीच्या मौजेपर्यंत या मोहांचे स्वरूप काहीही असते. ते टाळण्यासाठी अंतर्मनाच्या मोठ्या नियंत्रणाची आवश्यकता असते– विशेषतः अशा गोष्टींचे वेड हीच समाजाची रूढ रीत झाली आहे, अशा आजच्या काळात! या युगधर्माचा परिणाम पत्रकारांवरच नव्हे, तर

वाचकांवरही झाला आहे. वृत्तपत्र-वाचकांच्या परंपरांशी किंवा देशाच्या विशाल हितसंबंधांशी विसंगत ठरेल,अशा रीतीने आजच्या वाचकांची अभिरुची घडली आहे. तो वाचक किंवा त्याचा वावर असलेला समाज यांतल्या कुणाचेच ती उन्नयन करत नाही. तिचे निकष आणि तिच्या आवडीनिवडी केवळ हीन आहेत, असे नाही तर एक लोकशाही संस्था म्हणून आपल्या हितासाठी वृत्तपत्राने जे नीतीनियम स्वीकारायला हवेत, त्यांचाही अंतिमत: विनाश करणाऱ्या आहेत. लोकांना असलेली खळबळजनक मजकुराची रुची ही वाटते तितकी निरुपद्रवी नाही. एखाद्या समाजाच्या संस्कृतीचा गाभाच तिच्यामुळे गंजून जातो. हा काही अंशी देशातील शिक्षणाच्या ढासळणाऱ्या दर्जाचा परिणाम आहे. बरेच लोक साक्षर झाले असतील, पण ते सुशिक्षित झाले आहेत, असे म्हणता येणार नाही. साक्षरतेमुळे वाचकवर्ग वाढतो पण तिच्यामुळे दर्जा वाढतोच, असे नाही. संख्या हा वृत्तपत्रांच्या अस्तित्वाचाच आधार बनत आहे आणि आपली वाचकसंख्या वाढवणे वृत्तपत्रांना भाग पडत आहे असा आजचा काळ आहे. त्यातच सध्या प्राथमिक अवस्थेत असलेल्या धोक्याची बीजे आहेत आणि त्याला कसे तोंड द्यावे, हे संपादकाला माहीतच नसणे शक्य आहे.

याचा अर्थ असा नाही, की शिक्षणातून दर्जाची आंच असलेली माणसे अजिबात तयार होत नाहीत; पण त्यांची संख्या दयनीय वाटावी, इतकी लहान आहे. पण शिक्षणाचे आणखी एक अस्वस्थ करणारे फलित आहे. जीवनाच्या अनेक क्रियाशील क्षेत्रांतील नेते आणि तंत्रज्ञानाच्या सेवांतील उच्चशिक्षित लोक समाजाचा लोकशाही युगधर्म टिकविणाऱ्या मूल्यांबद्दल आज उदासीन आहेत. बहुसंख्य तथाकथित सुशिक्षित आणि समाजाचा युगधर्म निश्चित करणारे लोक जीवनाच्या उच्च मूल्यांबाबत उदासीन बनले आहेत. किंवा आपण असे म्हणू की समाजाच्या लोकशाही गाभ्याची पर्वा नसलेली मूल्यव्यवस्था त्यांनी अंगीकारली आहे. ज्याप्रमाणे लोकांना त्यांच्या लायकीनुसार शासन मिळते, तद्वतच वाचकांना त्यांच्या लायकीनुसार वृत्तपत्र मिळते. परिणामत: भारतीय वृत्तपत्रे आपल्या वाचकांबद्दलच्या कर्तव्यांकडेच केवळ नव्हे, तर स्वत:बाबतच्या कर्तव्यांकडेही दुर्लक्ष करत आहेत. स्वत:बाबतचे त्यांचे कर्तव्य म्हणजे लोकशाहीचे खरेखुरे संतुलन साधणारी तरफ होणे, लोकमताला शिक्षित करण्याचे साधन बनणे; पण या कर्तव्याकडे त्यांचे वाढत्या प्रमाणावर दुर्लक्ष होत आहे.

◆

वृत्तपत्रांची सत्ता

बर्ट्राण्ड रसेलने सत्तेची व्याख्या, 'इच्छित परिणाम निर्माण करण्याची क्षमता' अशी केली आहे. इच्छित शक्तीचा परिणाम साधण्यासाठी जबरदस्ती किंवा मतपरिवर्तन हे दोन मार्ग असल्यामुळे रसेलने केलेल्या व्याख्येचे 'समर्थ' आणि 'कमकुवत' असे दोन प्रकार संभवतात. समर्थ व्याख्येनुसार सत्तेच्या वापरासाठी सक्ती किंवा जबरदस्ती यांचा उपयोग करता येईल; आणि कमकुवत व्याख्येनुसार मतपरिवर्तनाने सत्ता वापरता येईल. दुसऱ्या तऱ्हेच्या सत्तेसाठी योग्य शब्द म्हणजे प्रभाव. (घ्ह्त्लिहम)

इंग्रजीत 'पॉवर' हा शब्द विविध संदर्भांत थोड्या भिन्न अर्थच्छटांनी वापरला जातो. उदाहरणार्थ, 'मिलिटरी पॉवर', 'नेव्हल पॉवर', 'इलेक्ट्रिकल पॉवर' किंवा 'स्टेट पॉवर' 'इलेक्ट्रिकल पॉवर' (विद्युत् ऊर्जा)ला स्वतःची इच्चाशक्ती नसल्याने ती 'अंध' किंवा 'मृत' पॉवर आहे. या निर्जीव साधनाला सजीव बनवण्याचे काम वीजतंत्रज्ञ करतो. शस्त्रांपुरता विचार मर्यादित ठेवला, तर लष्करी 'पॉवर' ही विजेप्रमाणे अंध आहे. व्यक्तीने किंवा व्यक्तींनी उच्च अधिकारपदावरून दिलेल्या आज्ञांमुळे ती चलनवलन करू लागते. लष्करातील सर्वांच्या मनांवर कडक शिस्त बिंबवण्यात आलेली असते. वरिष्ठांच्या आज्ञांचे जवळजवळ आंधळेपणाने पालन करायचे, हा त्यांचा दुसरा स्वभाव बनवण्यात आलेला असतो. त्या प्रमाणात त्यांची 'पॉवर' ही विजेच्या 'पॉवर' प्रमाणेच मृत 'पॉवर' असते. मात्र काही झाले, तरी शस्त्रे ही शेवटी स्वतःचे मन असलेल्या माणसांकडून वापरली जातात. समूहाचे म्हणून एक मानसशास्त्र असते आणि लष्करातील माणसांनाही ते लागू पडते. परंतु समूह-मानसाला क्रियाशील बनविले जाते, ते व्यक्तींच्या मनांनीच. त्यामुळे काही एका मर्यादेपलीकडे लष्करी 'पॉवर'ला स्वयंचलित बनवता येत नाही. नाहीतर 'लष्कराचे बंड' अशी काही चीज अस्तित्वात आली नसती.शेवटी मानवी मनावर हुकमत चालवता येत नाही; त्याला प्रभावितच करावे लागते. राज्यसत्तेला किंवा खरे पाहता शासनसंस्थेला स्वतःची इच्छा अधिक प्रमाणात असते. कारण शासनाला एक नेता असतो. समूहाचे मानसशास्त्र या बाबतीतही लागू पडते; पण कमी प्रमाणात. स्वतःचा पूर्ण विलोप करण्याच्या आधारावर काम करणारा राज्यकर्ता आजपर्यंत क्वचित झाला आहे. पण बहुतेक वेळा इतरांचे ऐकून घेऊन स्वतःचे हितसंबंध जपले जातात. मात्र त्याच्यावर विविध हितसंबंधांचे अनेक ताण असतात. पुष्कळ वेळा त्याचा नाइलाज असतो. शिवाय त्याला नोकरशाही आणि लष्करी यंत्रणेद्वारे

काम करावे लागते. आणि स्वभावत: या दोन्ही यंत्रणा साधनीभूत होऊ शकत नाहीत. परंतु समर्थ शासक शेवटी सत्ता जाणवून देतो. किंबहुना खरे पाहता तो आपली इच्छा किती प्रमाणात राबवू शकतो, यावरून त्याचे सामर्थ्य मोजले जाते.

शहाणा शासक आपली सत्ता जबरदस्तीने चालविण्यापेक्षा मन वळवून चालवणे जास्त पसंत करतो. कारण राजकारण म्हणजे आवश्यकतांचे शास्त्र असण्यापेक्षा शक्यतांची कला आहे, हे त्याला माहीत असते. परंतु राज्यसत्तेपासून काही प्रमाणातील सक्तीला वेगळे काढता येत नाही. उदाहरणार्थ, राज्याला नागरिकांकडून कर वसूल करावे लागतात. लोकांना आवडो वा न आवडो, त्यांना काही कायद्यांचे पालन करायला भाग पाडावे लागते. समाजात काही मूल्ये पाळली जावीत, म्हणून राज्यसत्तेला हे करावेच लागते. आपण आपल्या प्रजाजनांवर प्रेम करतो असे एखाद्या सत्ताधाऱ्याने म्हणणे ठीक आहे. पण आपल्यापासून अपरिहार्यपणे दूर असणाऱ्या आणि फक्त मोठ्या संख्येच्या स्वरूपात नव्हे, तर विविधतापूर्ण समूहाच्या स्वरूपात असलेल्या जनतेबद्दलचे त्याचे प्रेम अमूर्तच असते. मूर्त प्रेम वैयक्तिक संबंधांतून निर्माण होऊ शकते आणि अगदी राज्यकर्त्यांच्या बाबतीतही असे संबंध फार थोडे असतात.

त्यामुळे विशाल आणि विविधतापूर्ण समाजापेक्षा लहान समाजात प्रभावाच्या साहाय्याने चालविली जाणारी सत्ता अधिक नैसर्गिकपणे अस्तित्वात असू शकते. कुटुंबामध्ये पालक मुलांवरील सत्ता प्रेमातून चालवू शकतात. प्रेमामुळे मने सहज वळवता येतात. आदिवासी समाजात हीच गोष्ट मुखियाच्या बाबतीत घडू शकते. लहान समाजात सगळेजण एकमेकांना ओळखत असतात आणि इतरांबद्दलची जवळजवळ प्रत्येक गोष्ट प्रत्येकाला माहीत असते. अशा ठिकाणी मन वळविणे शक्य असते आणि जरी ते जमले नाही, तरी अपवादात्मक परिस्थिती वगळता, विरोध अधिक समजूतदार असण्याची शक्यता असते. अशा तऱ्हेच्या वैयक्तिक माहितीतून सहजपणाने उद्भवणाऱ्या सहानुभूतीच्या आधारावर मन वळविण्याचा प्रकार आधुनिक, दूरवर विखुरलेल्या समाजाच्या बाबतीत सहजपणे लक्षात घेता येत नाही. आधुनिक औद्योगिक समाज अधिकाधिक व्यक्तिनिरपेक्ष बनतो आहे. त्यातील लोक अनोळखी संख्या बनत आहेत. आधुनिक औद्योगिक शहरांत ही गोष्ट विशेषत्वाने जाणवते. अशा शहरांतल्या जीवनातून नैसर्गिकरीत्या निर्माण होणाऱ्या बेफिकिरपणावर रसेलने टिप्पणी केली आहे. अशा प्रकारच्या समाजातून व्यक्तिनिरपेक्ष जुलमी सत्तेकडे अंगुलिनिर्देश करणाऱ्या वृत्ती अपरिहार्यपणे निर्माण होतात. आधुनिक औद्योगिक संस्कृती अशा प्रकारच्या व्यक्तिनिरपेक्ष वृत्तींना अधिकाधिक प्रमाणात जन्म देते. त्याच वेळी या समाजातील गुंतागुंतीच्या स्वरूपामुळे शिखरस्थानावरील एखाद्याचे नेतृत्व विविध टप्प्यांवर किंवा पातळ्यांवर स्वीकारण्याकडे कल असतो.

म्हणूनच विशेषत: मोठ्या आधुनिक तंत्रज्ञानाने सुसज्ज अशा समाजात सहजतेने येणाऱ्या सत्तेला वेसण घालण्यासाठी विशेष व्यूह आखण्याची आवश्यकता आहे. पण या व्यूहांचा विचार करण्यापूर्वी आपल्याला सत्ता म्हणजे काय, याची स्पष्ट कल्पना असणे आवश्यक आहे.

एडवर्ड स्प्रँगरने म्हटल्याप्रमाणे सत्ता म्हणजे माणसाने जोपसलेल्या सहा मूल्यांतील एक मूल्य आहे. ही सहा मूल्ये म्हणजे सत्ता, ऐक्य, क्रयविक्रयाच्या वस्तू, सैद्धान्तिक ज्ञान, सौंदर्य आणि धर्मभावना. माणसाने ही मूल्ये का जोपासली असावीत, हे समजणे अवघड नाही. माणसाला तीव्र जीवनेच्छा असते. म्हणून त्याला क्रयविक्रयाच्या वस्तूंचे महत्त्व वाटते. जगण्यासाठी त्याला निसर्गाचे घटक शोषून घ्यावे लागतात. सैद्धान्तिक ज्ञानाच्या मदतीने तो हे जास्त चांगल्या प्रकारे करू शकतो. वस्तुनिर्मितीसाठी माणसाला इतरांचे सहकार्य आवश्यक असते, म्हणून ऐक्य मौल्यवान. त्याला काम करण्यासाठी (हीच जीवनाची मूलभूत किल्ली होय.) सातत्यपूर्ण ताकदीची जरूरी असते. अनुभव घेण्याची सातत्यपूर्ण क्षमता त्याच्याजवळ असेल, तरच त्याला हे अधिक चांगल्या रीतीने करता येईल. जीवनाच्या व्यावहारिक विचारातून स्वत:ला काहीसे बाजूला काढून कलानंदात तो स्वत:ला विसरू शकला, तरच त्याला अनुभव घेण्याची क्षमता शुद्ध व सातत्यपूर्ण रीतीने टिकवता येईल. विश्व हे अगदी वैज्ञानिकांच्या दृष्टीनेही महान गूढ आहे. सामान्य माणूस धर्माच्या अनुभवातून समाधान, सुरक्षितता आणि सखोल मन:स्वास्थाचा शोध घेत असतो.

हे सर्व ठीक आहे; पण सत्तेला मूल्य का मानायचे? कार्यक्षम कारभारासाठी समाजाचे श्रेणीबद्ध संघटन करावे लागते हे कुणालाही सहज पटेल. या ठिकाणी सत्ता हे एक नैसर्गिक साधन बनते. श्रेणींच्या विविध टप्प्यांच्या सर्वोच्च स्थानी असलेल्या माणसाला खालच्या श्रेणींचे नियंत्रण करणाऱ्या माणसांवर सत्ता ठेवावी लागते. त्यामुळे आपल्याला प्रत्येक समाजात सत्तेचे श्रेणीबद्ध थर बनविलेले आढळतात.

प्रत्येक माणसाने सत्ता वापरायला मिळावी, म्हणून का धडपडावे? आपल्या कामाच्या जागी एखाद्या क्षुद्र अधिकाऱ्यापुढे मुकाट्याने नमणाऱ्या कनिष्ठ कर्मचाऱ्याने घरी परतताक्षणीच आपल्या बायकोमुलांवर हुकुमत गाजवायला का सुरूवात करावी? याचे कारण असे, की अतिरिक्त प्रमाणात भोगल्या जाणाऱ्या प्रत्येक मूल्याचे गंडात रूपांतर होते. खरे तर बेसुमार लाडावलेली कुठलीही मानसिक प्रवृत्ती गंडात परिवर्तित होते. अर्थात सगळ्याच मूल्यांचा सारख्याच प्रमाणात ऱ्हास होत नाही. मात्र काहींचा ऱ्हास अनिर्बंध होतो. विशेषत:, मानवाच्या मूलभूत प्रेरणांना चुकीची

दिशा दिल्यामुळे निर्माण झालेल्या इतर गंडांशी जी मूल्ये निगडित असतात, त्यांचा. सत्ता हे असे मूल्य आहे.

आल्फ्रेड ॲडलरने माणसाच्या सत्तेच्या हव्यासावर प्रखर प्रकाशझोत टाकला आहे. 'मानवी स्वभावाचे आकलन' ('अंडरस्टँडिंग ह्यूमन नेचर') या पुस्तकात ॲडलर म्हणतो, ''अगदी बाळपणापासून किंबहुना, आपल्याला असे म्हणता येईल, की पहिल्या दिवसापासून (पहिल्या आक्रंदनापासून) परिसराबद्दलचा मुलाचा जो पवित्रा आपल्याला आढळतो, त्याला 'विरोधी' याखेरीज दुसरे काहीही म्हणता येणार नाही. ही वस्तुस्थिती, त्याचप्रमाणे व्यक्तीची परिसराबद्दलच्या अधिक विरोधी, युद्धखोर पवित्र्यांची नाती समाधानासाठी लढण्याची माणसाची जबर इच्छा प्रकट करतात. तिला मी 'आक्रमक प्रवृत्ती' म्हणेन...''

नंतर ॲडलरने 'व्यक्तीची नैसर्गिक आक्रमक प्रवृत्ती' ही आपली भूमिका बदलून 'न्यूनगंडाच्या भावनेवर मात करण्याची जबर इच्छा' ही भूमिका मांडली. १९३३ मध्ये ॲडलरने असे जोरदार प्रतिपादन केले, की 'माणूस असणे म्हणजेच न्यूनगंड बाळगणे.' प्रत्येक मूल हे प्रौढांच्या जीवनाच्या तुलनेने गौण असते. माणसाचे मूल फार असहाय का राहते? ते इतका दीर्घकाळ असहाय का राहते? प्राणि-अवस्थेतून माणूस-अवस्थेत झालेल्या अवस्थांतरात याचे कारण शोधावे लागेल. मुख्यत: माणूस पायांवर चालायला लागल्यावर जन्मवाट अरूंद झाली आणि मेंदूच्या वाढीमुळे डोके मोठे झाले. निसर्गाने डोके मोठे ठेवून आणि इतर अवयव तुलनेने अविकसित ठेवून या विसंगतीवर उपाय केला. आयुष्याच्या प्रारंभीची अनेक वर्षे अन्न, संरक्षण आणि विकास यांसाठी मूल प्रौढांवर अवलंबून असते. प्रौढांच्या सहवासात आणि त्यांच्या मार्गदर्शनाने मूल पूर्ण विकसित मनुष्य बनू शकते. भयभीत अहम् एका बाजूने याचे स्वागत करतो, त्याच वेळी दुसऱ्या बाजूने आक्रमक अहम् याला विरोध करू बघतो. (माणसाची शरीरान्तर्गत व शरीरबाह्य जगाकडे बघण्याची खिडकी म्हणजे त्याची जाणीव. तिच्या व्यापारातून त्याचा अहम् तयार होतो.) अहम् या परिस्थितीला विरोध करतो, कारण प्रौढ माणसे मुलाला शरण आणू बघतात आणि त्यामुळे त्याच्यात बंडाची प्रेरणा निर्माण होते. यातून न्यूनगंड तयार होतो. पण त्याची अभिव्यक्ती मात्र अहंगंड (Superiority Complex) म्हणून होते. सत्तेचे मूल्य या गंडाशी निगडित असल्यामुळे त्याची निकोप अभिव्यक्ती क्वचितच होते. वर्चस्व गाजविणे ही सत्तेची एक नैसर्गिक प्रवृत्ती असते. आपल्या इच्छेपुढे इतरांना वाकायला लावण्याची, किंवा यापेक्षा जास्त तटस्थ संज्ञा वापरायची, तर इतरांवर अपेक्षित परिणाम घडवून आणण्याचा प्रयत्न करण्याची सत्तेची प्रवृत्ती असते. शरीराची रासायनिक घडण, (पैतृक गुणसूत्रांच्या योगायोगाने झालेल्या

संयोगामुळे वारशाने प्राप्त झालेली) आणि आजूबाजूच्या परिसराचा प्रभाव यामुळे मूल कमी-जास्त प्रमाणात सत्ताभिलाषी बनते. परंतु जीवनसंघर्षात सत्तेसाठी प्रयत्न करणे नेहमीच शहाणपणाचे ठरते असे नाही. जीवशास्त्रीय बदल हे उत्क्रांतीचे साधन असल्याचे डार्विनने दाखवून दिले आहे. बालके मातापित्यांपेक्षा भिन्नच असतात. जे परिसराशी यशस्वी तडजोडी करू शकतात, ते टिकून राहतात, तेच सर्वांत जास्त 'लायक' असतात. या सर्वसामान्य पातळीच्या वर आणि खाली असलेले नष्ट होतात. पण मानवी समाजाबाबत हे घडतेच, असे नाही. म्हणून मानवी समाजात सरासरीच्या वरचे आणि सरासरीच्या खालचे तगून राहतात.यामुळे मानवी समाज व्यामिश्र बनतो. व्यामिश्रतेला कारणीभूत होणाऱ्या महत्त्वाच्या घटकांपैकी हा एक आहे. डार्विनने 'सर्वांत लायक तगतो' (सर्व्हायवल ऑफ द फिटेस्ट) असे म्हटले आहे. पण सर्वांत लायक, याचा अर्थ सर्वांत जास्त शक्तिमान, असाच असण्याची आवश्यकता नाही; सर्वांत जास्त कावेबाज, असाही असू शकतो. केवळ सत्तेच्या आधाराने तगून राहणे नेहमीच शक्य होईल असे नाही. त्यामुळे काहीजण स्वत:कडे कमीपणा पत्करून तगून राहण्याचा प्रयत्न करतात. काही माणसे सत्ता गाजवून अस्तित्व टिकवतात; काहींना शरणागती पत्करल्याने टिकून राहण्यास मदत होते, असे आढळते. काहीजणांना पुढे जाणे आवडते. काहीजण स्वाभिमानशून्यतेने मागे राहून इतर कुणाच्या तरी पंखांखाली सुरक्षितता शोधतात. म्हणूनच ॲडलरने माणसांचे वर्गीकरण शरणप्रिय आणि अधिकारप्रिय असे केले आहे. शरणप्रिय असणाऱ्या माणसांना इतरांच्या आज्ञा पाळण्यात कमीपणा वाटत नाही. किंबहुना त्यांना ते आवडते, तर अधिकारप्रिय माणसांना दुसऱ्यांना आज्ञा करणे आवडते. त्यामुळे आपल्याला असे आढळते, की काही माणसे सत्तेची प्रेरणा जोपासतात आणि काही संरक्षण शोधण्याची प्रेरणा विकसित करतात. पहिल्या प्रकारातून सत्ताधीश उदयाला येतात, दुसऱ्या प्रकारातून गुलाम.

माझ्या मते परिस्थिती जास्त गुंतागुंतीची असते. बहुसंख्य मानवी घटनांप्रमाणेच हिचेही सोपे विश्लेषण करता येत नाही. ॲडलरच्या विश्लेषणाने असे सूचित होते, की अहम् हा नकारात्मक कार्य करतो. परंतु हे एकसंधपणाने खरे नसते. अहम् हा इतका नकारात्मक नसतो. निसर्गत: तो तसा असूच शकत नाही. प्रत्येक अहम्‌ला काही वैशिष्ट्यांवर हक्क सांगून वेगळे उठून दिसणे आवडते. बहुधा नेहमी अत्यंत स्पर्धात्मक असणाऱ्या अस्तित्वाच्या झगड्यात अहम्‌ला बऱ्याच वेळा ठामपणाने वागावे लागते. त्यामुळे बहुतेक माणसे आपल्या व्यक्तिमत्त्वात अधिकारप्रिय आणि शरणप्रिय अशा दोन्ही धाग्यांची गुंफण करणे जमवतात. त्यांच्यांत हुकुमशहा आणि गुलाम असे दोघेही अवघडलेल्या स्थितीत एकत्र नांदतात. म्हणूनच मुख्य लिपिकाच्या

(जो परवापर्यंत आपल्याप्रमाणेच क्षुद्र लिपिकच होता) मूर्ख लहरींपुढे हसतमुखाने शरणागती पत्करणारा क्षुद्र लिपिकही घरी परतताच आपल्या बायकोमुलांवर–विशेषत: अतिशय असहाय आणि त्याच्यावर सर्वस्वी अवलंबून असलेल्या मुलांवर–रागावतो आणि त्यांना आपल्या मर्जीप्रमाणे वागायला लावतो.

मला असे वाटते, अहंगंड आणि न्यूनगंड अशा दोन्ही गंडांची अहम्ला बाधा असते. बहुतेकजणांनी आपल्या व्यक्तिमत्त्वात आक्रमण आणि शरणागती यांचे मिश्रण घडविलेले असते. योग्य त्या बाबतीत सत्ता गाजवून किंवा इतरांना शरण जाऊन बहुतेकजण दोन्हीही गंडांचे समाधान करतात. ॲडलरने माणसांचे 'आक्रमक' आणि 'शरणागत' असे दोन सरळ स्पष्ट वर्ग केले आहेत. माझ्या मते माणसात मालक किंवा गुलाम यांपैकी कुणाचे वर्चस्व आहे, यावरून त्याचा वर्ग ठरविला पाहिजे. शरणागत प्रकारातील माणसे सत्तेपुढे शरणागती पत्करणे पसंत करतात. (यामुळे जी काही चीड येईल, ती ते काळजीपूर्वक दडपून टाकतात.) आणि आक्रमक माणसे इतरांवर सत्ता गाजवितात. (असे करताना सावध राहण्याची ते पुरेशी काळजी घेतात.) सत्तास्थानावरील उच्चवर्गीयांपैकीसुद्धा काहींना नेत्यापुढे लीन होणे शक्य होते, कारण त्याच्या आत्यंतिक आक्रमकतेमुळे त्याच्या नेतृत्वाला मान्यता मिळालेली असते.

सत्तेचे म्हणून काही एक तर्कशास्त्र असते, ते समजावून घेतले पाहिजे. सत्तेची प्रवृत्ती विस्ताराकडे असते; अधिकाधिक सत्ता संपादन करण्याकडे असते. आपल्याजवळ जे काही आहे, त्याचे संरक्षण करण्यासाठी आणखी काही जिंकणे आवश्यक आहे असे तिला वाटते. सत्ता-प्रेरणेची सहचरी असलेली ही संरक्षण-प्रेरणा. हुकुमशाही सत्तेबाबत हे विशेषत्वाने खरे असते. मतपरिवर्तनाने मिळविलेल्या सत्तेला धोक्याची भीती बाळगण्याचे कारण नाही. पण अशा सत्ताधाऱ्यांनाही आपल्या सत्तेची धार तिखट करण्याचा मोह होतो. मतपरिवर्तनाने जिंकलेल्या माणसाने जास्त जास्त शरण यावे हे कोणालाही आवडते. अधिकाधिक मतपरिवर्तनाचा प्रयत्न करणेही आवडते. मतपरिवर्तनाचे प्रयत्नही सक्तीची सूक्ष्म रूपे धारण करू शकतात. याबाबतची वस्तुस्थिती अशी आहे, की सत्ता ही मूलत: अहंकारी असते आणि अहम्ची अधिकाराची सवय त्याला अत्याग्रही बनविते.

काही झाले, तरी सत्तेची प्रवृत्ती भ्रष्ट होण्याकडे असते. तिचा उन्माद चढतो आणि ती गाजविण्याचा मोह वाढत जातो. स्वत:ला चिरस्थायी बनविण्याचा तिचा प्रयत्न असतो. आणि या प्रक्रियेत ती माणसाचा दृष्टिकोण विकृत बनविते. शासक

व शासित या दोघांनाही सत्ता भ्रष्ट करते. शासकाचा दृष्टिकोण विकृत बनवून आणि शासिताला स्तुतिपाठक बनवून ती त्यांना भ्रष्ट करते. शासक आणि शासित या दोघांच्याही व्यक्तिमत्त्वाच्या गाभ्यालाच दुखापत करण्याची सत्तेची प्रवृत्ती असते.

माणसांचा साधन म्हणून उपयोग करणे

दडपशाहीने गाजविली जाणारी सत्ता किती तरी अधिक भ्रष्ट करणारी असते. ती भ्रष्ट करते, कारण माणसांचा उद्दिष्टे म्हणून नव्हे, तर साधन म्हणून उपयोग करण्याचा मोह तिला होतो. माणसांचा साधन म्हणून उपयोग करणे हे अतिशय दोषास्पद आहे, असे तत्त्वज्ञ काण्टचे मत होते; आणि कोणाही सभ्य माणसाचे मत तसेच असते. निर्जीव वस्तूंचा साधन म्हणून उपयोग करणे वेगळे आणि माणसाला साधन बनविणे सर्वस्वी वेगळे. व्यामिश्र समाजात माणसाच्या आयुष्याचा काही भाग साधन म्हणून वापरला जाणे अपरिहार्य असते, हे खरे. उदाहरणार्थ, कर्मचाऱ्याचे श्रम असे वापरले जातात. पण सर्वसाधारणपणे अशा वेळी त्याच्या व्यक्तिमत्त्वाच्या प्रतिष्ठेची पूर्ण जाण ठेवून, तिला कोणतीही इजा पोचू नये, याची पूर्ण काळजी घेतली जाते. निदान व्यक्तिस्वातंत्र्याचे मूल्य मानणाऱ्या सर्व समाजांत तरी तसे केले जाते. स्पर्धात्मक जगात लोकांचा साधन म्हणून वापर करण्याची प्रवृत्ती असते आणि ती काहीशा सहजपणे रूढ होते. पण मुक्त समाजात व्यक्तीच्या प्रतिष्ठेचे रक्षण करण्याची काही कायदेशीर तरतूद केली जाते. (कर्मचाऱ्याच्या हक्कांची व्याप्ती त्याच्या भाकरीपुरतीच मर्यादित नसते. त्यात त्याच्या प्रतिष्ठेचाही समावेश असतो.) पण सत्ता माणसांना प्यादी म्हणून वापरण्याच्या मोहाला नैसर्गिकरीत्याच बळी पडते. वर सांगितल्याप्रमाणे सत्ता ही सहा जीवनमूल्यांपैकी एक आहे. जेव्हा कोणी या सहांपैकी इतर सर्व मूल्यांची किंमत देऊन फक्त एक मूल्य जोपासतो, तेव्हा त्याचा दृष्टिकोण विकृत होणे अपरिहार्य असते. त्याचे व्यक्तिमत्त्व विकृत आणि खुजे होण्याची शक्यता असते. एकतेच्या मूल्याला जरूरीपेक्षा जास्त शरण गेलेल्यांच्या व्यक्तिमत्त्वाची वाढ खुंटते; व्यापारी वस्तूंबद्दल जरूरीपेक्षा जास्त काळजी करणारा पूर्णपणे स्वार्थी बनतो; फक्त सैद्धांतिक ज्ञानावर जास्त लक्ष केंद्रित करणारा निरुपयोगी विद्वान बनतो; फक्त सौंदर्याची आराधना करणारा अव्यवहारी बनतो; धार्मिकतेचा अतिरेक माणसाला वास्तव जगापासून दूर नेतो. सत्तेचा अतिरेक हा त्यापेक्षाही अधिक धोकादायक असतो. कारण सत्तेची हाव एका गंडाशी निगडित असते. खरे तर तिचा उगमच गंडातून होतो. ती माणसाला उद्धट आणि उद्दाम बनविते. इतर सर्व मूल्यांकडे दुर्लक्ष करून फक्त एक मूल्य जोपासण्याचे परिणाम सारख्याच प्रमाणात नुकसानकारक नसतात. पण सत्तेची गोष्ट वेगळी आहे. सत्तेची अतिरेकी पूजा सगळ्यांत जास्त धोकादायक असते. सत्ता ही एका गंडातून निर्माण होते, ही

गोष्ट आहेच. शिवाय ती मूलत: त्याच गंडाने पछाडलेल्या इतर व्यक्तींमध्ये इच्छित परिणाम निर्माण करण्यामध्ये सामावलेली असते. म्हणून समाजाने सत्तागंडाच्या दुष्परिणामांपासून आपले रक्षण करण्यासाठी विशेष प्रयत्न केले पाहिजेत.

मतपरिवर्तनाच्या साहाय्याने चालविली जाणारी सत्ता ही अशा विकृतीकरणाला बळी पडण्याची शक्यता कमी असते. मतपरिवर्तनाच्या व्याख्येतच 'इतरांच्या भावनांची कदर करणे' हा अर्थ अनुस्यूत आहे. इतरांच्या भावनांशी खेळायचे असले किंवा त्यांच्या भावनांचा उपयोग करायचा असला, तरी त्या भावनांच्या स्वरूपाबद्दल थोडा विचार करणे आवश्यक ठरते. दुसऱ्यांच्या भावनांची पर्वा न करता इच्छित परिणाम साधण्याची आशा बाळगता येत नाही. म्हणूनच जाहिरातीचे मानसशास्त्र हे फार गुंतागुंतीचे प्रकरण आहे.

हुकुमशाही हे दडपशाहीने चालविल्या जाणाऱ्या सत्तेचे ढळढळीत उदाहरण आहे, तर लोकशाही हे मतपरिवर्तनाने चालविल्या जाणाऱ्या सत्तेचे. हुकुमशाहीची व्याख्याच मुळी दडपशाही अशी आहे. कारण संमतीने शासन चालविण्याची ती पर्वा करत नाही. अगदी हुकुमशाहीलासुद्धा एका मर्यादेपलीकडे नागरिकांच्या इच्छांना उद्दामपणे विरोध करणे शक्य नसते, हे खरे. जनतेच्या प्रतिक्रियांवर ती चोरटी नजर ठेवत असते. अर्थातच जनतेचा विरोध शस्त्रांच्या बळावर चिरडून टाकणे आणि निष्ठुर दडपशाहीला मोकळी सोडणे तिला शक्य असते. ती बऱ्याचदा तसे करतेही. पण क्षुद्र जंतूही वळवळतो. जनतेचे बंड यशस्वीपणे दडपले, तरी अशी दडपशाही करणाऱ्याचे थोडे तरी नुकसान होतेच. तो आतून हादरून जातो. शिवाय दडपले गेलेले राष्ट्र म्हणजे जिंकलेले राष्ट्र नव्हे! जनतेचा संताप निदान तळाशी तरी धुमसत राहतो आणि तो परत उफाळून येण्याची शक्यता असते. याचा अर्थ असा, की हुकुमशाहीला सतत सावध राहावे लागते; आणि तसे करणे तणाव निर्माण करते; पण सर्वांत महत्त्वाचे, म्हणजे हुकुमशाहीत नागरिकांच्या इच्छा निवडक मूठभरांकडून जाणून घेतल्या जातात. जनतेने स्वत: व्यक्त केलेल्या मतांपेक्षा ही गोष्ट भिन्न असते. हुकुमशहाच्या नियुक्त प्रतिनिधींची स्वत:ची दिशाभूल होण्याची किंवा ते हुकुमशहाची दिशाभूल करण्याची शक्यता असते. हुकुमशहाला सत्य सांगण्याचे धैर्य त्यांच्याजवळ नसते. किंवा त्यांची सदसद्विवेक बुद्धी जागी होते. शिस्तबद्ध पक्षसभासदांचा पाठिंबा असलेल्या विशिष्ट विचारसरणीच्या हुकुमशाहीमध्ये हुकुमशहाला जास्त वस्तुनिष्ठ माहिती मिळण्याची शक्यता असते; पण विचारसरणींना वस्तुस्थितीचे अचूक आकलन क्वचितच होते. वस्तुस्थिती अशी आहे, की हुकुमशाहीत अंतर्गत सुधारणा-यंत्रणा नसते आणि संतुलन साधणारी तरफ तिच्यात मुक्तपणे आणि सफाईने काम

करीत नाही. लोकशाहीमध्येही ती व्यवहारात असते, असे नाही. हुकुमशहा आणि लोकशाही शासक– दोघेही प्रचार आणि अन्य साधनांद्वारे जनतेच्या इच्छांना आपल्याला हवे तसे वळण देण्याचा प्रयत्न करतात. परिणामतः जनतेच्या इच्छा विकृत होतात. परंतु लोकशाहीत विविध प्रकारचा विरोधी प्रचार करण्याची परवानगी असते. त्यामुळे नागरिकांच्या इच्छांचे विकृतीकरण दुरुस्त करण्याची आणि लोकशिक्षण करण्याची चांगली संधी उपलब्ध असते. परस्परविरोधी प्रचाराच्या अतिरेकामुळे माणसे गोंधळून जाण्याची शक्यता असते, हे खरे. पण बुद्धीचा जरी गोंधळ झाला, तरी मूलभूत हितसंबंधांमुळे प्रेरित होऊन मन योग्य ते निवडण्याची शक्यता असते. हुकुमशाहीतील प्रचार एकांगी असतो आणि स्वतः हुकुमशहाही त्याला बळी पडण्याची शक्यता असते. साम्यवादाने प्रेरित झालेल्या सोव्हिएत रशिया किंवा चीनमधील हुकुमशाहीप्रमाणे एखाद्या श्रद्धेने किंवा विचारसरणीने प्रेरित झालेल्या हुकुमशाहीत जनतेत काम करणाऱ्या कार्यकर्त्यांचा संच जनतेच्या प्रतिक्रिया आणि त्यांची भाववृत्ती केंद्रीय कार्यालयापर्यंत पोचवील, अशी सैद्धान्तिक शक्यता असते. पण यातही एक अडचण आहे. हे कार्यकर्तेही प्रचाराला बळी पडण्याची शक्यता असते. आणि प्रचाराचे जे काही खरे मूल्य आहे, ते त्यांनी ओळखले, तरी हुकुमशहाच्या मतांप्रमाणेच विशिष्ट विचारसरणीवर पोसलेली त्यांची मते त्यांची दृष्टी धूसर करून त्यांची दिशाभूल करणारच. कारण कोणतीही विचारसरणी तथ्यांशी क्वचितच जुळणारी असते. कोणतीही विचारसरणी सर्व तथ्यांना सामावून घेऊ शकत नाही. कारण ज्या संकल्पनात्मक चौकटीवर विचारसरणीची उभारणी झालेली असते, त्या चौकटीला तथ्ये हुलकावणी देतात. साम्यवादी देश हे याचे एक उत्तम उदहारण आहे. त्या देशात लोकमत नेहमी अस्वस्थ असते आणि प्रगती वेळापत्रकापेक्षा मागे पडते. चीनच्या बाबतीत हे विशेषत्वाने खरे आहे. तिथल्या विचारसरणीवर आधारलेली मूल्यामापने सर्वसाधारण जनतेच्या खऱ्याखुऱ्या इच्छांच्या विरोधी ठरली आहेत. त्यांनी एकतर लोकांच्या इच्छांचा चुकीचा अर्थ लावला किंवा आपल्या सैद्धांतिक नियमांना सोयीचे व्हावे, म्हणून लोकेच्छांचा निर्दयपणे बळी दिला. रशियामध्ये या ऱ्हासाने वेगळीच रूपे घेतली. प्रथमतः पक्षातील सहकाऱ्यांचेच शिरकाण झाले. नंतर जनतेची प्रचंड संख्येने कत्तल करण्यात आली. उदाहरणार्थ, सुमारे एक कोटी नागरिकांना ठार करण्यात आले. विज्ञान आणि साहित्यक्षेत्रांत सतत पीछेहाट झाली. एके काळी रशियन कादंबरी जागतिक साहित्याच्या अभिमानाचा विषय होती. जगातील सर्वोत्कृष्ट दहा कादंबऱ्यांची यादी करण्यास अर्नोल्ड बेनेटला सांगण्यात आले, तेव्हा त्याच्या यादीतील दहाही कांदबऱ्या रशियन होत्या. आज रशियन कादंबरी केविलवाणी झाली आहे. शोलोखॉव्हची '... आणि डॉन संथ वाहते' हा एकमेव अपवाद. परंतु आता अलेक्झांडर सोल्झेनित्सिनचा असा दावा

आहे, की ती वाङ्मयचौर्यातून झालेली निर्मिती आहे. बोरिस पास्तरनाक, सोल्झेनित्सिन, इत्यादी इतर सन्मानयीय नावे बंडखोरांची आहेत. सर्व पूर्व युरोपिअन कम्युनिस्ट राष्ट्रांतील नागरिकांची भाववृत्ती नेहमीच राज्यकर्त्यांची डोकेदुखी ठरली आहे.

हुकुमशाही राष्ट्रांतील बौद्धिक दडपशाही ही अफूच्या गोळीप्रमाणे असते. ती नेहमीच वाढत्या प्रमाणात घ्यावी लागते. हुकुमशहाला दडपशाही शिथिल करणे अवघड असल्याचे आढळते. एवढेच नव्हे, तर त्याला नेहमी दडपशाहीचे अधिक सूक्ष्म आणि कावेबाज प्रकार वापरावे लागतात. उदाहरणार्थ, नावाजलेल्या बंडखोर बुद्धिमंतांना मनोरुग्णालयात बंद करणे. थोड्याशाही मोकळिकीची परिणती इतक्या वादळी मतभिन्नतेत होते (माओच्या 'शंभर फुले फुलू देत' च्या बाबतीत झाली, त्याप्रमाणे), की हुकुमशहाला तातडीने माघार घेणे भाग पडते. आणि जे फुलायचे, ते परत नष्ट होते.

सत्तागंडाच्या या पार्श्वभूमीवर आपण पत्रकारितेचा विचार केला पाहिजे.

शब्दांचे सामर्थ्य

वृत्तपत्रांचे सामर्थ्य म्हणजे प्रथमत: शब्दांचे सामर्थ्य असते. वृत्तपत्रात छायाचित्रेही वापरली जातात आणि त्यामुळे त्यांना देखणेपण प्राप्त होते. परंतु शब्दांच्या मदतीखेरीज क्वचितच एखाद्या चित्राचा वाचकांना अर्थबोध होतो. आपण माहिती मिळवण्यासाठी वृत्तपत्र वाचतो; आणि वृत्तपत्रात छापल्या गेलेल्या शब्दांना फक्त माहितीचेच मूल्य असते, अशी आपली समजूत असते. वृत्तपत्रातून आपल्याला पुष्कळच माहिती मिळते, हे निश्चित. पण या प्रक्रियेत आपल्यावर परिणाम होतो, आणि त्यामुळे प्रभावही पडतो.

हे का घडते?

याचे उत्तर समजावून घेण्यासाठी आपल्याला जीवनव्यवहारातील शब्दांचे महत्त्व जाणून घेतले पाहिजे.

मानवी जीवन हे एक सहकारी साहस आहे. आपण समाजात राहतो आणि निव्वळ आपल्या जगण्यासाठीसुद्धा आपल्याला इतरांशी सहकार्य करावे लागते. हे शक्य व्हावे, यासाठी माहिती समजावून घ्यावी लागते; आणि इतरांबरोबर तिची देवाणघेवाण करावी लागते. अगदी इतरांशी जेव्हा आपल्याला स्पर्धा करायची असते, तेव्हाही त्यांना समजावून घेणे आवश्यक असते; नाहीतर आपले प्रयत्न निष्फळ किंवा विरुद्ध परिणाम घडविणारे ठरू शकतात. या प्रक्रियेत इतरांबरोबर अनुभवांची देवाणघेवाण अनुस्यूत असते. पण आपण आधीच पाहिले आहे, की अनुभव हा मूलत: खासगी असतो. प्रत्येकाच्या अनुभवाला अतिशय वैयक्तिक अशी

एक तीव्र चव असते. पण अनुभवात वैयक्तिक घटकाबरोबरच एक सार्वजनिक घटकही असतो. अनुभवातील या सार्वजनिक घटकामुळेच आपण अनुभव इतरांबरोबर वाटून घेऊ शकतो. अनुभव हा सर्वसाधारणपणे पुष्कळांना समान असणाऱ्या गोष्टींचा असतो. अनुभव-ग्राहकाच्या वैशिष्ट्यपूर्ण पूर्वानुभवाच्या आधारावरच नवीन अनुभव घेतला जातो. त्यामुळे प्रत्येक अनुभवात खासगी व सार्वजनिक असे दोन्ही घटक असतात. इतरांबरोबर अनुभव वाटून घेताना किंवा इतरांबरोबर त्याची देवाण-घेवाण करताना आपण या सार्वजनिक घटकावरच विसंबतो. हा सार्वजनिक भाग संकल्पनांमध्ये सामावलेला असतो. संकल्पना शुद्ध असतात किंवा अनुभवाधिष्ठित असतात. अमूर्त विचारांमध्ये शुद्ध संकल्पनांचा उपयोग केला जातो. परंतु आपल्या रोजच्या जीवनाशी निगडित अशा ठोस कामांसाठी आपण सर्वसाधारणपणे अनुभवाधिष्ठित संकल्पनांचा उपयोग करतो. अनुभवाधिष्ठित संकल्पना म्हणजे प्रतिमेचा अंश सामविष्ट असलेली आणि अनुभवात सामावलेली संकल्पना. टेबलाबद्दलच्या माझ्या अनुभवाधिष्ठित संकल्पनेत टेबल असे म्हटल्या जाणाऱ्या वस्तूच्या फक्त अमूर्त संकल्पनेत समावेश असतो, असे नाही, तर तिच्या प्रतिमेचा विचारही समाविष्ट असतो. अमूर्त टेबलपणा आणि मूर्त वस्तू यांचे ते एक प्रवाही मिश्रण असते. टेबलपणाच्या शुद्ध संकल्पनेत सर्व टेबलांना समान असणाऱ्या अमूर्त कल्पनेचा किंवा वैश्विकतेचा फक्त अंतर्भाव असतो. या दोनही बाबतींत संकल्पनेला आपले संकल्पित उद्दिष्ट साध्य करता येते, ते दोन किंवा अधिक अनुभवांमधील समान असलेल्या गोष्टींच्या आधारावरच. याच समानतेच्या आधारावर आपण अनुभवांची देवाणघेवाण करू शकतो.

अनुभवाधिष्ठित संकल्पना भावना जागृत करतात

संकल्पना, विशेषत: अनुभवाधिष्ठित संकल्पना, निष्क्रिय किंवा स्वस्थ राहत नाहीत. त्यांच्यामुळे भावना जागृत होतात. प्रत्यक्ष किंवा अप्रत्यक्षपणे आपण ज्या वस्तूंचा भूतकाळात अनुभव घेतलेला असतो, त्यांचे स्मरण करून देणाऱ्या कल्पना त्या वस्तूंच्या गत अनुभवाने आपल्या मेंदूत ठशाच्या रूपाने साठवलेल्या भावना जागृत करतात. या भावनांची तीव्रता त्या अनुभवांनी जागृत केलेल्या अनुभवांच्या आणि त्या अनुभवांनी जागृत केलेल्या प्रेरणांच्या तीव्रतेवर अवलंबून असते. साप या संकल्पनेने जागृत केलेल्या भावनेची गुणवत्ता ही आपल्याला सापाचा पूर्वी आलेला अनुभव आणि सर्पदंश म्हणजे मृत्यू असण्याच्या शक्यतेमुळे जीव वाचवण्याची प्रेरणा यावरून ठरते. आपण जेव्हा संकल्पनांचा विचार करतो, तेव्हा त्या ज्या वस्तूंचे आपल्याला स्मरण करून देतात, त्या वस्तूंच्या स्वरूपाचा आपण विचार करण्याची शक्यता असते. या वस्तू काही विशिष्ट भावनांशी निगडित असतात;

त्यामुळे भावनांना, अस्पष्ट का होईना, कळत किंवा निदान नकळत, जाग येते.

संकल्पना अंगभूत असलेले शब्द वापरून वृत्तपत्रे आपल्या वाचकांमध्ये, अस्पष्ट का होईना, भावना जागृत करतात. वेगवेगळ्या प्रमाणांत जागृत झालेल्या भावनांचा त्या माहितीला रंग असतो. त्यामुळेच वृत्तपत्रवाचन हे चविष्ट बनते. वाचकांच्या मनातील संवेदनक्षम केंद्रांना स्पर्श करणारी प्रक्षोभक माहिती तीव्र भावना जागृत करते. तर इतर प्रकारची माहिती त्यांच्यावर थोडासाच परिणाम घडवते. पण, सुप्तावस्थेत का होईना, भावना जवळपासच हजर असते.

खूप सराव आणि अतिशय मेहनतपूर्वक जोपासलेली अलिप्तता (त्या क्षणांच्या व्यावहारिक बाबींबद्दलची अलिप्तता) असेल, तरच संकल्पनांना केवळ संकल्पना म्हणून हाताळता येऊ शकते. उदाहरणार्थ, शुद्ध संकल्पना हाच ज्यांचा खास प्रांत आहे, अशा तत्त्वज्ञान आणि गणितासारख्या अन्य ज्ञानशाखा. ज्या ज्ञानशाखांच व्यावहारिक जीवनाशी किंवा व्यावहारिक विश्वासांशी काही ना काही संबंध असतो, त्यांना संबंधित भावना जागृत केल्याशिवाय संकल्पनांचा वापर अगदी क्वचितच करता येतो.

वृत्तपत्रांचे सामर्थ्य हे शब्दांत अंतर्भूत असलेल्या संकल्पनांच्या सामर्थ्यात सामावलेले आहे. वरवर पाहता ते माहिती पुरवतात; पण हे करतानाच ते अनेक संवेदनक्षम केंद्रांना स्पर्श करतात. भावनाशून्य माहिती पुरवणे हा त्यांचा व्यक्त हेतू असावा आणि तो प्रामाणिकही असावा. कारण संपादकाला स्वत:ला आपल्या वाचकांपेक्षा किंचित वरच्या पातळीवर राहणे शक्य असते; पण माहिती पुरवत असताना प्रत्यक्षात तो वाचकांवर परिणाम करत असतो. बातम्या या अनेक वेळा 'गरम' वस्तू असतात. काही प्रसंगी पूर्णपणे अमूर्त किंवा फक्त स्पष्टीकरण– स्वरूप असलेल्या बातम्यांचा अपवाद वगळला, तर बातम्यांच्या अन्वयार्थाने भावना जागृत होतात. कधी कधी त्या फार तीव्रही असतात. प्रत्यक्षात कोणताही रंग नसलेल्या किंवा जवळजवळ रंग नसलेल्या माहितीला रंग चढविण्यात संपादकाला रस वाटणे शक्य असते; आणि हे करत असताना आपल्या वाचकांच्या निदान एखाद्या गटाच्या तशा तीव्र भावना तो जागृत करत असतो. त्यामुळे त्याचे वृत्तपत्र आकर्षक बनते आणि संपादकाचा व्यावहारिक हितसंबंध साध्य होतो. भावनांचा अनुभव केवळ अनुभव म्हणूनही आल्हाददायक असावा; आणि जीवनाचा काही हेतूही तो पूर्ण करत असावा, असे दिसते. आयुष्य हे प्रत्यक्षात क्रियाकेंद्री असते आणि भावना क्रियेचा निर्देश करतात. भावनांशी निगडित असलेल्या प्रेरणांचा जन्म नैसर्गिक निवडीमुळे झालेल्या उत्क्रांतीच्या प्रक्रियेत झाला. कारण जीवनाची जोपासना करण्याचे

आणि प्राण्यांची ती जात टिकविण्याचे महत्त्वाचे कार्य त्या करतात. सर्व भावनांची परिणती क्रियेत तात्काळ होत नाही, हे खरे, परंतु यशस्वी जीवनासाठी माणसाने निव्वळ चिंतनशील असण्यापेक्षा क्रियाकेंद्री असणे आवश्यक असते. भावना माणसाला क्रियाकेंद्री ठेवतात आणि जीवनाची हीच मागणी असते, असे दिसते.

संपादकीय सहकारी

वृत्तपत्राच्या संपादकाला अनिर्बंध सत्ता वापरण्याचे स्वातंत्र्य क्वचितच लाभते. सत्ता त्याच्या एकट्याच्याच हातांत एकवटू शकत नाही. संपादक एकट्याने आपले वृत्तपत्र काढू शकत नाही, हे लक्षात ठेवले पाहिजे. त्याला आपल्या संपादकीय खात्यातल्या सहकाऱ्यांवर अवलंबून राहावेच लागते. वृत्तपत्र म्हणजे एक अतुलनीय सहकारी साहस असते आणि आपल्या सहकाऱ्यांच्या सक्रिय मदतीशिवाय कुठल्याही संपादकाला काम करता येत नाही. परंतु यामुळे क्वचितच काही समस्या निर्माण होते. कारण संपादकाच्या अटींवर त्याला मदत करणे, हा संपादकीय कर्मचाऱ्यांच्या कामाचाच एक भाग असतो. बहुतेक वेळा समस्या निर्माण केली जाते, ती व्यवस्थापनाकडून.

व्यवस्थापक

व्यवस्थापक आणि संपादक किंवा संपादकीय कर्मचारी यांचे हितसंबंध नेहमीच एकरूप असतात, असे नाही. व्यवस्थापकाला आपल्या साहसाच्या आर्थिक हिताची काळजी घ्यावी लागते. त्याच्याशी संपादकीय धोरणांचा संघर्ष होण्याची शक्यता असते. सध्याच्या काळात वृत्तपत्र हा बडा व्यवसाय झाला असल्यामुळे हा प्रश्न जास्त गंभीर बनला आहे. वृत्तपत्राचा मालक हा प्रामुख्याने पत्रकार असेल, म्हणजे फक्त आपल्या वृत्तपत्राच्या भवितव्याची त्याला काळजी असेल, तर हा प्रश्न खरोखरच निर्माण होणार नाही. अशा मालकांकडे वृत्तपत्रीय मनोवृत्तीचा अंश असण्याची शक्यता आहे; पण भारतातील परिस्थिती इंग्लंड किंवा अमेरिकेपेक्षा फार वेगळी आहे. भारतातील बरीच प्रमुख वृत्तपत्रे उद्योगसमूहांच्या मालकीची आहेत. आपल्या औद्योगिक आणि व्यापारी व्यवसायाचे हितसंबंध जपण्याचे एक साधन म्हणून वृत्तपत्रांकडे बघण्याचा त्यांचा कल असतो. वृत्तपत्राच्या हिताशी काडीचाही संबंध नसलेल्या परवाने आणि इतर गोष्टी मिळविण्यासाठी आपल्या वृत्तपत्राची ताकद, सदसद्विवेक बुद्धीची जराही भीती न बाळगता, वापरणे त्यांना आवडते. मालकाच्या हातांतील साधन असणारा व्यवस्थापक संपादकावर दडपण आणून त्याची धोरणे मालकाच्या व्यावसायिक हितसंबंधांना सोयीची होतील, अशा रीतीने नीटनेटकी बनविण्याचा प्रयत्न करतो. व्यवस्थापकाची नजर वृत्तपत्राच्या आर्थिक

बाजूकडे असल्यामुळे तो जाहिरातदारांचा प्रवक्ता बनण्याची जास्त शक्यता असते, कारण जाहिरातदार हा वृत्तपत्रसंस्थेच्या खजिन्यात प्रत्यक्ष भर घालतो. परंतु सर्वसाधारणपणे जितका वाटतो, तितका धोका यामुळे निर्माण होत नाही. ज्या वृत्तपत्रात आपल्या वस्तूंची जाहिरात करायची, त्या वृत्तपत्राच्या धोरणांची बहुतेक जाहिरातदारांना चिंता नसते. जाहिरातदाराला फक्त आपल्या मालाची विक्री वाढविण्यास रस असतो. आणि वृत्तपत्र जोपर्यंत त्या मालाच्या गुणवत्तेच्या किंवा त्याच्या संख्येच्या विरोधात लिहीत नाही, तोपर्यंत तो अलिप्त राहण्यास तयार असतो. परंतु पगाराच्या किंवा बोनसच्या प्रश्नावरून आपल्या कर्मचाऱ्यांशी किंवा वस्तूंच्या किंमतीवरून जनतेशी जाहिरातदाराचा संघर्ष होण्याचे प्रसंग येतात. चित्रपटसंस्था किंवा चित्रपटगृहे ज्या वृत्तपत्रांत आपली जाहिरात करतात, ह्या वृत्तपत्रांनी आपल्या चित्रपटाची प्रशंसा करावी, असे त्यांना वाटते. त्यांच्या जाहिराती ही छुपी लाचच असते.

जुळारी आणि मुद्रक यांच्यासारख्या वृत्तपत्रांच्या निर्मितीची जबाबदारी असणाऱ्यांच्या बाबतीतली घटना सर्वांत अधिक रुचिपूर्ण आणि कधी कधी सर्वांत अधिक त्रासदायक ठरते. काही वेळा वितरणाची समस्याही अडचणी निर्माण करते. कधी कधी कामगारांना आपल्या वृत्तपत्राची धोरणे पसंत पडत नाहीत, अणि ते वृत्तपत्रांचे प्रकाशन थांबविण्याचा प्रयत्न करतात. वृत्तपत्राचा ताबा घेण्याचाही प्रयत्नही होऊ शकतो. तसा तो पोर्तुगालमधील 'रिपब्लिका' या वृत्तपत्राबाबत झाला. हे वृत्तपत्र समाजवादी पक्षाच्या मालकीचे होते. परंतु साम्यवादी पक्षाशी एकनिष्ठ असणाऱ्या त्याच्या कामगारांनी वृत्तपत्राचा सरळ ताबा घेतला आणि समाजवादी संपादकांना हाकलून दिले. अपवादात्मक परिस्थितीतील हे अगदी टोकाचे उदहरण आहे. पण कामगारांनी वृत्तपत्राच्या धोरणाचा निषेध करण्यासाठी वृत्तपत्र छापायला नकार दिल्याची किंवा संपावर जाण्याची उदाहरणे आढळत नाहीत, असे नाही. अनेकदा कामगार संघटनांचा मालकांशी संघर्ष चाललेला असतो. अशा परिस्थितीत संपादक असहाय प्रेक्षक बनतात. त्यांना वृत्तपत्राचा अंक काढता येत नाही, मध्यस्थी करता येत नाही किंवा आपल्या अगदी समोर घडणाऱ्या या गंभीर घटनेला साधी प्रसिद्धीसुद्धा देता येत नाही. अमाप ताकद असलेल्या आणि तिचा गैरवापर करण्यास न कचरणाऱ्या सत्ताधाऱ्यांशी संघर्ष निर्माण होतो, तेव्हा खरा गंभीर प्रसंग उभा राहतो. सत्तेवरील लोक वृत्तपत्रांबाबत सावध असतात, कारण सत्ता सत्तेला ओळखते. वृत्तपत्राच्या सामर्थ्याची सत्ताधाऱ्यांना भीती वाटते, कारण वृत्तपत्रे जनतेवर प्रभाव पाडू शकतात आणि एका ठराविक मर्यादेपलीकडे जनतेची उपेक्षा करणे किंवा तिला तुच्छतेने वागवणे सत्ताधाऱ्यांना धोकादायक असते. हुकुमशहांना हा प्रश्न कधीच पडत नाही, कारण त्यांनी वृत्तपत्रांचे पंख (मुळात त्यांना वाढू दिले असेलच, तर)

आधीच छाटलेले असतात. चिंता असते, ती लोकशाही शासकांना. जनतेवर प्रभाव पाडण्यासाठी आणि तिची दिशाभूल करण्यासाठी लोकशाही शासन विविध मार्गांचा कसा उपयोग करते, हे आपण पाहिलेच आहे. परंतु मुक्त वृत्तपत्राने लोकशिक्षण करण्याचा प्रयत्न करणे साहजिक आहे. जनतेच्या आकांक्षांची पूर्ती न करणाऱ्या शासनाला हे सहन होणे क्वचितच शक्य होते आणि भारतासारख्या देशात जनतेची आकांक्षापूर्ती करण्याची आशा बाळगणे शासनाला शक्य नसते.

त्यामुळे वृत्तपत्रांना विकत घेण्याचा प्रयत्न करावयाचा; आणि ते जमले नाही, तर त्यांना छळायचा मोह शासनाला होतो. शासकीय जाहिरातींचा वापर करणे हा त्याचा फक्त एक मार्ग आहे. सार्वजनिक उद्योगांचे कार्यक्षेत्र आणि प्रभाव यांतील वाढीबरोबर जाहिरातदार म्हणून शासनाची ताकदही सतत वाढत आहे; आणि तिचा वापर न करणारी शासने फार थोडी. समाजवादी विचारप्रणालीबद्दलच्या वाढत्या आदर आणि प्रतिष्ठेमुळे राज्याची सत्ताही वाढते; आणि शासन तिचा वापर जनतेला झुलविण्यासाठी मोठ्या खुबीने आणि नि:संगपणाने करू शकते. वजनदार जाहिरातदार म्हणून शासनाचे स्थान दुर्लक्ष करण्यासारखे नसते आणि जाहिरातीचे हे उत्पन्न बुडविणे फारच थोड्या वृत्तपत्रांना परवडण्यासारखे असते. शिवाय शासनाजवळ उपकृत करण्याची फार मोठी ताकद असते. तिचा वापर करून शासन काही निवडक पत्रकारांना सरळ विकत घेऊ शकते आणि त्यांच्याद्वारे वृत्तपत्रव्यवसायाला भ्रष्ट करून शकते. मर्जीतल्या पत्रकारांना निवडक सदनिका कमी भाड्यात दिल्या जातात. देशातील आणि परदेशांतील वेगवेगळ्या बौद्धिक आणि सांस्कृतिक परिषदांसाठी प्रतिनिधी म्हणून त्यांची निवड केले जाते, परदेश– दौऱ्यांवर त्यांना बरोबर नेले जाते, परदेशांना भेटी देणाऱ्या प्रतिनिधी– मंडळात त्यांचा समावेश केला जातो. निवडक परिषदांना आणि मेजवान्यांना त्यांना निमंत्रिण केले जाते; आणि आतल्या गोटातल्या बातम्या पुरवण्यासारख्या बाबतीतही कृपादृष्टीने वागवले जाते.

वृत्तपत्रांना आपलेसे करण्यात जर शासनाला अपयश आले, तर शासन त्यांना भिवविण्याचा प्रयत्न करते. असंख्य मार्गांनी ते वृत्तपत्रांना त्रास देऊ शकते. भारतात वृत्तपत्र प्रकाशित करण्यासाठी शासनाचा परवाना लागतो. शासनाच्या पूर्वपरवानगीशिवाय भारतात छापखानासुद्धा सुरू करता येत नाही. (ब्रिटिश जमान्याकडून वारशाने आलेली ही बंधने जशीच्या तशी ठेवणे स्वतंत्र भारताच्या शासनालाही शहाणपणाचे वाटले आहे.) सगळ्यांत महत्त्वाचे, म्हणजे वृत्तपत्रांना वृत्तकागदाच्या पुरवठ्यासाठी शासनावर अवलंबून राहावे लागते, आणि शासन आपल्या मर्जीप्रमाणे लबाडी करून तो कमी-जास्त करू शकते. वृत्तपत्रांना नेमून दिलेल्या कागदाच्या हिश्श्यात शासन कौशल्याने बदल करू शकते, किंवा त्याच्या पुरवठ्याला विलंब लावू

शकते. पण याखेरीज देखील छळाचे इतरही अनेक क्षुद्र आणि अशोभनीय मार्ग शासन वापरू शकते. नावडते वृत्तपत्र ज्या ठिकाणी छापले जात असेल, त्या छापखान्याचा वीजपुरवठा अचानक बंद पडतो. महत्त्वाच्या प्रसंगाचे वृत्तांकन करण्यासाठी घाईघाईत निघालेल्या त्याच्या महत्त्वाच्या प्रतिनिधीला आपला वाहन-परवाना जवळ न बाळगल्याबद्दल अनपेक्षितपणे अडकवले जाते. खरोखर वृत्तपत्राच्या दृष्टीने प्रतिकूल शासन ही एक किळसवाणी समस्या असते.

इतर सत्ता-केंद्रे

शासनाचे सामर्थ्य जरी सर्वांत जास्त कठोर आणि दडपणारे असले, तरी वृत्तपत्रांना फक्त तेवढ्या एकाच सत्तेबरोबर जुळवून घ्यावे लागते, असे नाही. इतरही अनेक किंवा कितीही सत्ता-केंद्रे असू शकतात. ती काही वेळा जाणीवपूर्वक, तर कधी नकळत लोकांच्या स्वातंत्र्याची पायमल्ली करतात. राजकीय पक्ष आणि गट हेही सत्ताकेंद्रे असतात. उदाहरणार्थ, कामगार संघटना, रा. स्व. संघ, राष्ट्र सेवा दल, सामाजिक मंडळे आणि अनेक. लोकांच्या हितासाठी ते काम करतील, अशी आशा बाळगली जाते; पण प्रत्यक्षात अनावश्यक बंद किंवा मोर्चा यांसारख्या किळसवाण्या कार्यक्रमांनी ते समाजाला किंवा समाजाच्या काही भागांना ओलीस धरतात. याशिवाय अतिशय चीड निर्माण करणारे गुंडही सत्ताकेंद्रे असतात. लोकशिक्षण करण्याचा आणि वाचकांना माहिती देण्याचा वसा घेतलेल्या वृत्तपत्रांना या सर्व सत्ताकेंद्रांशी मुकाबला करावा लागतो. हा नेहमीच आनंददायक किंवा निरुपद्रवी असतो असे नाही. वृत्तपत्रांनी आपल्या बातम्या, बातमीपत्रे आणि टिप्पण्या या सर्वांचा उपयोग लोकशाही समाजांतील अशा विकृती दुरूस्त करण्यासाठी केला पाहिजे. शेवटी सत्ता हा एक विशेषाधिकार आहे, आणि आपण मूर्ख ठरू नये, अशी वृत्तपत्रांची इच्छा असेल, तर वृत्तपत्रांनी त्याचा मान राखला पाहिजे.

◆

पत्रकारितेचे नीतिशास्त्र

सैद्धान्तिक नीतिशास्त्राच्या गुंतागुंतीत न शिरता एडवर्ड स्प्रँगरला अनुसरून आपल्याला असे म्हणता येईल, की माणूस समाजाचा घटक असतो आणि तो सहा मूल्यांची जोपासना करतो : सत्ता, ऐक्य, व्यापारी वस्तू, सैद्धान्तिक आकलन, सौंदर्य आणि धर्म.

सत्तासंबंधात आपण आधीच चर्चा केली आहे. मानवी समाज हा एक सहकारी व्यवहार आहे. माणसांना केवळ जगण्यासाठी (ही नियंत्रक तीव्र इच्छा आहे) सुद्धा परस्परांशी सहकार्य करावे लागते. परंतु वस्तुस्थितीत माणसाला, थोड्या प्रमाणात का होईना, पण अधिकार गाजविल्याखेरीज तगून राहणे शक्य नसते. अगदी लहान मुले सुद्धा रडण्यातून का होईना, अधिकार गाजवत असतात. मानवी समाज हा परस्परांच्या सहकार्यावर आधारलेला आहे. पण त्याच वेळी तो एक स्पर्धात्मक समाजही आहे. त्यामुळे थोडा तरी अधिकार गाजविल्याखेरीज आपल्याला तगण्याची आशा करता येत नाही. मानवी मनाचा एक महत्त्वाचा घटक असलेल्या 'अहम्'च्या उपयोगातून अधिकार निर्माण होतो. माणूस हा जरी सामाजिक प्राणी असला, तरी त्याची जाणीव त्याच्या सामाजिक नातेसंबंधांना आधार देते. त्यातूनच त्याला स्वत्वाची जाणीव होते आणि त्यामधून त्याच्या 'अहम्'चा जन्म होतो. परिणामतः त्याचे जीवन म्हणजे त्याचा अहम् आणि बाह्य जगाशी असलेले त्याचे नाते– त्याचे व्यक्तिमत्व आणि त्याची सामाजिकता यांमधील– विरोध-विकासशील नाते बनते. या विरोध-विकासशील नात्याखेरीजही माणसाचा अधिकार गाजविणारा अहम् त्याला या स्पर्धात्मक समाजातील जीवनव्यवहारासाठी फार उपयुक्त ठरतो.

सत्ता संपादण्यासाठी अहम् ज्या मार्गांनी प्रयत्न करतो आणि त्यांचे जे परिणाम होतात, त्यांचे परीक्षण आपण यापूर्वीच केले आहे.

आणखीही काही गोष्ट सांगण्याची आवश्यकता आहे. सत्तेच्या तीव्र अभिलाषेमुळे सत्तेचा वापर केला जातो. त्यातून चिंता निर्माण होते; आणि त्या चिंतेमुळे अस्वस्थ होऊन माणूस आणखी सत्तेच्या मागे लागतो. त्यातून इतरांचे नियंत्रण करण्याची, त्यांच्यासाठी कायदे करण्याची इच्छा निर्माण होते. आपल्या अधिकाराची व्याप्ती कुटुंब, वर्ग, पंथ, जमात आणि राष्ट्रापर्यंत वाढविण्याचा ही इच्छा प्रयत्न करते. तुम्ही ज्या गटाचे असाल, तो गट आपल्या रचनेचे स्वरूप आणि कार्ये याकडे तुमचे

लक्ष वेधून घेतो. याबद्दलच्या तुमच्या विशिष्ट कल्पना राबविणे तुम्हालाही आवडते. अर्थात काही व्यक्ती सत्ता राबवण्याबाबत अत्यंत निष्क्रिय, उदासीन असतात. पण अशा व्यक्ती नगण्य असतात. त्यांना विक्षिप्त म्हणणेही शक्य आहे. त्यापैकी बहुसंख्य व्यक्तींना आपल्या गटांच्या (कुटुंब, जमात, समाज) व्यवहाराबद्दल आवडीनिवडी असतात. पण त्या आवडीनिवडींचे प्रत्यक्ष कृतीत रूपांतर करण्यासाठी आवश्यक ती इच्छा, सोशिकता आणि चिकाटी या गोष्टी त्या सगळ्यांकडे असतातच, असे नाही. या आवडीनिवडीच आपल्याला सामाजिक आणि नैसर्गिक व्यवहारांचे नैसर्गिक आणि अटळ टीकाकार बनवतात. हा गुणधर्मच आपल्याला वृत्तपत्रांचे लेखक, नाही तर निदान वाचक बनवतो.

ऐक्य : मानवी जीवनाच्या सहकारी स्वरूपामुळे जोपासले गेलेले ऐक्य हे एक महान मूल्य आहे. या मूल्याबद्दल नैसर्गिकरीत्या वाटणाऱ्या जिव्हाळ्यामुळे किमान सामाजिक एकसंधता साधू शकते. सामाजिक एकसंधतेच्या अभावी सामाजिक गटांच्या अस्तित्वाची कल्पनाही करता येत नाही. इतरांच्या सहवासात राहणे आपल्याला आवश्यक असते. त्यातून मानवजातीबद्दल प्रेम उत्पन्न होते. शिवाय माणसाच्या मुलाला संगोपन आणि संरक्षण यांसाठी आपले पालक आणि नातेवाईक यांच्यावर दीर्घ काळ अवलंबून राहावे लागते. या वस्तुस्थितीमुळे सहवासाबद्दलचे प्रेम जास्त दृढ होते. माणसाचे बालपण प्रदीर्घ असण्याचे कारण 'द प्रायमेट्स' या पुस्तकाचे लेखक एस्. एमर्ल आणि आय्. डीव्होर यांनी पुढीलप्रमाणे स्पष्ट केले आहे :

'आपल्या पूर्वजांनी मानवसदृश वानर-अवस्थेपासून मानवापर्यंत प्रगती केली, तेव्हा त्यांच्या मेंदूचा आकार संथपणाने वाढत गेला. त्यामुळे वाढलेल्या आकाराचा मेंदू सामावून घेण्यासाठी अर्भकाच्या कवटीचा आकारही मोठा होणे अपरिहार्य ठरले. पण त्याच वेळी मातेच्या जननमार्गातून बाहेर येऊ शकेल, इतकी ती लहान असणेही आवश्यक होते. दोन पायांनी चालण्याचे वैशिष्ट्य प्राप्त झाल्यावर जननमार्गाचा आकार एका ठराविक मर्यादेपलीकडे मोठा होणे शारीरिकदृष्ट्या अशक्य होते. त्यामुळे मानवी अर्भकाचा जन्म क्रमाक्रमाने बऱ्याच अविकसित अवस्थेत होऊ लागला. अपुऱ्या दिवसांच्या बालकांसारखा त्यांचा जन्म होऊ लागला. परिणामत: मानवेतर प्राण्यांच्या तुलनेने बराच दीर्घ काळ जोपासना केल्याखेरीज मानवी अर्भके तगून राहणे कठीण बनले. मानवी बालकांना इतका दीर्घ काळ दुसऱ्यावर अवलंबून राहावे लागते, या वस्तुस्थितीमुळे इतर अनेक गुंतागुंती (उदाहरणार्थ, न्यूनतागंड आणि त्यातून निर्माण झालेले सत्तेचे प्रेम) निर्माण होतात. परंतु आत्ता आपण ऐक्य भावनेचा विचार करीत आहोत. माणूस माणसांच्या सहवासात जन्माला येतो, वाढतो आणि त्याला इतरांच्या सहवासात आणि सहवासाच्या मदतीने राहायचे

असते. त्यामुळे सहकार आणि ऐक्याची सहजप्रवृत्ती तयार होते. प्रेम, सहानुभूती, मैत्री परस्परावलंबित्व, गटनिष्ठा, इ. मधून हे मूल्य व्यक्त होते. सामाजिक यंत्रणा चालू ठेवण्यासाठी फिरत असलेल्या विविध चक्रांना या मूल्यामुळे उत्तम वंगण मिळते.

सत्ता आणि ऐक्य यांमध्ये विरोधविकास संबंध असतो, हे जाणून घेतले पाहिजे. इतरांवर वर्चस्व गाजविण्याची, त्यांचे नियंत्रण करण्याची व त्यासाठी कायदे करण्याची तीव्र इच्छा आणि इतरांबद्दल वाटणारे प्रेम, सहानुभूती आणि मैत्री या भावना एकत्र नांदू शकत नाहीत. या भावनांचे पोषण मूलभूत समतेवर होते. परंतु श्रेणीबद्ध संघटन अनिवार्य असलेल्या प्रचंड व्यवहारात (अगदी सहकारी व्यवहारातही) त्यामुळे अडथळा निर्माण होतो.

दुसऱ्यावर वर्चस्व गाजविण्याची तीव्र इच्छा सत्ताधाऱ्यांचा ताबा घेण्याची शक्यता असते. ह्या इच्छेची तीव्रता मूलभूत मानवी सहानुभूतीच्या साहाय्याने कमी करता येते. आणि तशी ती केली पाहिजे. सत्तास्थानाबरोबर आवश्यक असलेल्या जबाबदारीच्या जाणिवेने वर्चस्व गाजविण्याच्या इच्छेवर अंकुश ठेवण्यासाठी काहीतरी केले पाहिजे. अंतिमत: अनेकांच्या सहकार्यावर आधारीत असलेल्या व्यवहारात निरंकुश वर्चस्व फलप्रद होण्याची शक्यता नसते. शहाणा शासनकर्ता चतुरपणे हुकमाबरोबर जबाबदारीची, दडपशाहीबरोबर मतपरिवर्तनाची आणि नियमनाबरोबर सहानुभूतीची सांगड घालतो. प्रेम आणि सहानुभूतीबरोबर सहयोगी झालेला अधिकारच खऱ्या अर्थाने यशस्वी ठरतो. रशियातील बोल्शेव्हिक सत्तेचा संस्थापक लेनिन हा या प्रकाराचे चांगले उदाहरण होता. शासनकर्ता म्हणून तो अनेकदा अरेरावी करणारा होता. परंतु मानवी दयाशीलतेचे दूध त्याने काही प्रमाणात सेवन केले होते. त्यामुळे सहकाऱ्यांबरोबरच्या आणि काही वेळा अगदी विरोधकांबरोबरच्याही त्याच्या वागणुकीत हे वैशिष्ट्य दिसून येई. उदाहरणार्थ, त्याचा दीर्घ काळ विरोधक असणाऱ्या मार्टोबद्दल त्याच्या मनात मैत्रीची गाढ भावना होती. बोल्शेव्हिक क्रांतीबद्दल भ्रमनिरास झालेल्या मार्टोचा काहीही छळ न करता त्याला देशत्यागाची मुभा देण्यात आली, ती लेनिनच्या स्पष्ट आदेशामुळेच. या नैसर्गिक दयाशीलतेमुळेच त्याला आपल्या शेवटच्या रूग्णाईत आणि जर्जर अवस्थेत स्टालीनचा संशय आला, या वस्तुस्थितीमुळेच, रशियाला जरी नाही तरी त्याच्या आत्म्याला तारले असावे.

व्यापारी वस्तू : व्यापारी वस्तू या मूल्याची उत्पत्ती आणि त्याची तर्काधिष्ठित उपपत्ती यावर आपल्याला फार काळ घालवण्याची गरज नाही. त्यांचे महत्त्व स्पष्ट आहे. मुळात ते एक जीवशास्त्रीय मूल्य आहे. जगता यावे, म्हणून मनुष्याला निसर्गाचे अनेक घटक शोषून घ्यावे लागतात. हे घटक व्यापारी वस्तू बनतात.

सुसंस्कृत माणूस निसर्गाच्या या घटकांवर प्रक्रिया करतो, त्यामुळे त्यांची व्यापारी वस्तू ही उपाधी स्पष्ट होते. प्रक्रिया केलेल्या वा न केलेल्या या वस्तूंचा तुटवडा निर्माण होतो, तेव्हा त्यांना आर्थिक मूल्य प्राप्त होते. सामान्यत: हवा ही फुकट मिळते; आणि त्यामुळे ती काही व्यापारी वस्तू नसते. परंतु मुंबई, कलकत्ता यांसारख्या गजबजलेल्या शहरांत हवा ही व्यापारी वस्तू बनते आणि हवेशीर सदनिकांना जास्त भाडे मिळते. वस्तू व्यापारी बनण्याच्या दोन अटी असतात. माणसाला त्या वस्तूंची आवश्यकता वाटली पाहिजे; आणि त्या वस्तू मुबलक प्रमाणात उपलब्ध असता कामा नयेत.

आपल्या राहणीच्या आणि आपल्या समाजाच्या सांस्कृतिक स्वरूपाबरोबर व्यापारी वस्तूंचे स्वरूपही बदलते, हे उघडच आहे. माणसाचे जीवन पन्नास हजार किंवा अगदी दहा हजार वर्षांपूर्वी होते, त्या प्राथमिक, अविकसित पातळीवर आज राहिलेले नाही. आपली राहणी गुंतागुंतीची बनली आहे; आणि त्याबरोबरच आपल्या गरजाही व्यामिश्र आणि संस्कारित बनल्या आहेत. पण त्यांचे विश्लेषण केले, तर हजारो वर्षांपूर्वी त्या होत्या, तशाच आहेत आणि त्यांचे प्रयोजनही तेच राहिले आहे. त्यांनी आपल्या शरीराची सेवा केली पाहिजे किंवा खरे तर त्यांनी आपल्या जीवनाला आधार दिला पाहिजे आणि मानवजात टिकून राहण्याची खात्री दिली पाहिजे. अतिशय संपन्न असे फ्रेंच अन्नही पन्नास हजार वर्षांपूर्वीचाच हेतू आजही पूर्ण करते, तो म्हणजे शरीरधारणा. ते आतड्यापेक्षा जिभेचे जास्त चोचले आज पुरवत असेलही. पण त्याने या दोहोंनाही खात्रीशीर अपाय केला तर ते अन्न असणार नाही. माणसाने जोपासलेल्या काही खाण्या-पिण्याच्या सवयी त्याला अंतिमत: हानिकारक ठरतात; पण त्या चळलेल्या आणि म्हणून अपवाद असतात, नियम नव्हेत. वास्तुशास्त्रीय आश्चर्येच ठरावीत, अशी आपली घरे आणि प्राचीन काळात मानवाची वसतिस्थाने असलेल्या गुहा अंतिमत: एकच हेतू साधतात : निसर्गाच्या रानटी घटकांपासून संरक्षण आणि सुरक्षितता. कपड्यांच्या नवनवीन तऱ्हा निर्माण करणाऱ्या उत्तेजित कल्पनाशक्तीने तयार केलेले अत्याधुनिक कपडे शरीराला सजवत असतील; परंतु त्यासाठी त्यांना आदिमानवाच्या बाबतीत वल्कले जो हेतू पुरवत होती, त्याचा बळी देता येणे शक्य नाही. आपल्या प्राचीन पूर्वजांचे मन रिझविणाऱ्या करमणूक-साधनांच्या सुधारित आवृत्त्या म्हणजे आपली करमणूक-साधने, कारण जीवनोत्साह टिकविण्याचेच काम ती करतात.

मानसिक गरजा म्हणता येतील, अशा सांस्कृतिक गरजा मात्र आपण विसरून चालणार नाही. त्या विकसित आणि प्रगत मनाच्या गरजा असतात. त्या गरजा गुंतागुंतीच्या असतात. पण त्यांचा समावेश व्यापारी गरजांत होत नाही. त्या मनाच्या

गरजा असतात : सैद्धांतिक, धार्मिक आणि सौंदर्यविषयक.

सैद्धान्तिक सूत्रीकरणाच्या मूल्यावर आपण जास्त वेळ घालविण्याची आवश्यकता नाही. सर्वसामान्य नियमांचा आपल्या जीवनाशी काय संबंध असतो, याचा आपण पहिल्या प्रकरणात विचार केला आहे. माणसाचा निसर्गाशी आणि काही प्रमाणात आपल्या सोबत्यांशी सतत झगडा चालू असतो. तो ज्या व्यवहारात गुंतलेला असतो, त्या व्यवहाराचे स्वरूप जाणून घेतल्याखेरीज त्याला हा झगडा करता येणे शक्य नाही. त्याला निसर्गनियम समजावून घेणे आवश्यक असते. त्याला माणसांचे मानसशास्त्र समजले पाहिजे. हे करताना सुद्धा त्याला काहींच्या बरोबर सहकार्य करावे लागते. सहकाराचे काही नियम आणि कायदे असतात, ते माणसाने समजून घेतले पाहिजेत. आपल्याभोवती असलेल्या प्रत्येक गोष्टीचे सैद्धान्तिक आकलन त्याला असले पाहिजे. त्याने प्रत्येक गोष्ट स्पष्ट केली पाहिजे. त्यासाठी त्याने प्रत्येक गोष्ट सर्वसाधारण नियमांत किंवा विशेष नियमांत बसविली पाहिजे. असे करणे हाच सैद्धान्तिक उद्योग होय.

सौंदर्यमूल्य हे विशेष प्रकारचे मूल्य आहे. कारण आत्तापर्यंत विचारत घेतलेल्या इतर मूल्यांप्रमाणे ते माणसाच्या मूलभूत अशा तीव्र जीवनेच्छेतून जन्माला येत नाही. माणूस ज्या तीन नातेसंबंधांतून जगत असतो, त्यांची चर्चा मी यापूर्वीच केली आहे. आपल्या जीवनाचे जतन करण्याच्या माणसाच्या गरजेशी त्याच्या निसर्ग आणि इतरांबरोबरच्या नातेसंबंधांचा प्रत्यक्ष संबंध असतो.

अर्थातच, माणसाचे स्वत:शी असलेले नाते या गरजेपासून पूर्णपणे मुक्त नसते. उदाहरणार्थ, आपल्या सर्व मानसिक क्रियांना पायाभूत असलेली जाणीव. ही जगाकडे पाहण्याची आपली खिडकी आहे, या वस्तुस्थितीतून आपला अहम् जन्माला आला असण्याची शक्यता आहे; पण त्याचबरोबर अस्तित्वासाठी चाललेल्या झगड्यात आपला अहम् आपल्याला आधार देतो, या वास्तवातूनही तो जन्मला येत असावा. (आपल्या नेणिवेच्या आणि सुप्त मनाच्याही सर्व क्रियांचा समावेश मानसिक क्रियेतच होतो. कारण जाणिवेला विसरण्याच्या किंवा दडपून टाकण्याच्या गरजेतूनच त्या जन्मतात. शिवाय नेणिवेत किंवा सुप्त मनात समाविष्ट झालेले सर्व काही प्रथम जाणिवेतच शिरलेले असते.)

कोणाचेही मानसिक खासगीपण ही मूल्यवान गोष्ट आहे. माणसाला त्याच्यात शिरणे, तेथे राहणे, ते जतन करणे आणि त्याने जोपसलेले काही काही अनुभव मनात घोळवणे आवडते. या खासगीपणाचा स्पर्श त्याला आवडतो. आपल्या अनुभवाच्या गुणांचा आनंद घेणे, त्यांची उग्र चव घेणे आवडते. त्यांच्या चिंतनात हरवून जाणे आवडते. ही माणसाची एक प्रकारची मूलभूत गरज आहे, असे दिसते.

आपल्या खासगीपणात शिरून तो आपल्या अंतर्मनाची जवळ जवळ पूजा करतो, त्याच्यावर प्रेम करतो, जग देणार नाही, असे महत्त्व तो त्याला देतो. यामध्येच त्याचे वेगळेपण, त्याचे व्यक्तिमत्त्व, त्याची ओळख या गोष्टी आकार घेतात. माणसाच्या अहम्‌ची ही गरज त्याला जीवनसंघर्षात अतिशय उपयोगी पडते. यामध्ये माणसाला जगण्याच्या निखळ आनंदाचा प्रत्यय येतो. आणि हे होताना त्याची निखळ अनुभव घेण्याची क्षमता वाढते. ही क्षमता जगण्याच्या व्यवहारात फार आवश्यक असते. त्यामुळे ही क्षमता फक्त बळकटच होते, असे नाही, तर तो समृद्धही होते. खरे पाहता ही क्षमताच जगण्याच्या मुळाशी असते. कुठल्याही गोष्टीचा गुणात्मक आणि संख्यात्मक अनुभव घेण्याची क्षमता बळकट करण्याचा हा निसर्गाचे वरदान असलेला अबोध प्रयोग असण्याची शक्यता आहे. स्वप्नरंजनाची नैसर्गिक मानवी प्रवृत्ती हे निसर्गाच्या या प्रकारच्या प्रयोगाचे सर्वांत मूल्यवान उदाहरण होय.

आपल्या अनुभवाच्या खासगीपणात रमणे आणि त्याचा आस्वाद घेणे माणसाला आवडते. या वस्तुस्थितीत सौंदर्यमूल्याचा जन्म होतो. काहीजण असा युक्तिवाद करतात, की सौंदर्याच्या क्षमतेची देणगी निसर्ग निवडक व्यक्तींनाच देतो. हे पूर्णपणे खोटे आहे. जगण्यासाठी आवश्यक अशी अनुभव घेण्याची क्षमता बळकट करणारा हा निसर्गाचा नियंत्रित प्रयोग असेल, तर ती क्षमता सर्वांनाच दिली गेली पाहिजे. काही जणांच्या बाबतीत परिस्थितीमुळे ही क्षमता नष्ट झाली असण्याची शक्यता असते. पण ते या क्षमतेशिवायच जन्माला येतात, असे म्हणणे म्हणजे माणसाच्या मनोव्यापारांचा पूर्णपणे चुकीचा अर्थ लावणे होय. काही माणसे सौंदर्यनिर्मितीच्या किंवा आस्वादाच्या कोणत्याच खुणा दर्शवीत नाहीत, हे खरे आहे. पण त्यांच्या या क्षमतेचा आविष्कार माणसांनी विशेष दखल न घेतलेल्या क्षेत्रात होत असण्याची शक्यता असते. उदाहरणार्थ, रंगांनी मोहविणाऱ्यापासून शब्दांच्या जादूची अपेक्षा केली जाण्याची शक्यता आहे. किंवा सौंदर्यक्षमता नष्ट झालेल्या दुर्दैवी जीवांपैकी तो एक असण्याची शक्यता आहे. गोरिला, चिंपांझीसारखी बिनशेपटीची माकडे रंगवू शकतात आणि पक्षी गाऊ शकतात, ही वस्तुस्थिती हेच दाखवते, की काही मानवपूर्व प्राण्यांतही ही क्षमता असते. ऑस्ट्रेलियातील बॉवर पक्ष्यांना रंगांचे अतिशय चांगले आकलन असते आणि ते त्याचा हेतुपूर्वक उपयोग करतात, हे सिद्ध झाले आहे. माणसाच्या विकसनशील मनाला निसर्गाकडून मिळणाऱ्या देणग्यांत कलात्मकतेचा समावेश असावा, हे नक्की.

सौंदर्यमूल्याची मानव करत असलेली जपणूक अनेक प्रकारांतून व्यक्त होते : गाणे, संगीत, साहित्य, नाटक, नृत्य, चित्रकला, वास्तुकला, शिल्पकला आणि या सर्वांची शक्य ती सर्व मिश्रणे. माणसांनी किंवा समाजाने हे मूल्य पादाक्रांत करून

इतर हेतूंना आधार देण्यासाठी त्यांचा उपयोग केला आहे. उदाहरणार्थ, शतकानुशतके कलेचा वापर धर्म, शिक्षण, प्रचार, राजकारण, सामाजिक सुधारणा आणि इतर अगणित गोष्टींसाठी होत आला आहे. परंतु बहुतेक वेळा याची परिणती कला भ्रष्ट होण्यात किंवा तिचा ऱ्हास होण्यातच झाली आहे. काही वेळा कलाकारांनी बंड करण्यात, पण बऱ्याच वेळा कलाकार भ्रष्ट होण्यात, याची परिणती होते. कारण भ्रष्टाचार ही एक सूक्ष्म प्रक्रिया आहे. ती ज्यांना भ्रष्ट करते, त्यांची अशी दिशाभूल करते, की आपण आपली व इतरांची सेवा करीत आहोत.

अनेक गुंतागुंतीच्या कारणांमुळे माणसाने धर्म या मूल्याची जोपसना केली आहे. धर्म माणसातील अतार्किक घटकाचे समाधान करतो. माणसाच्या आदर्श सर्व सुखस्थानांबद्दलच्या उत्कंठेला धर्म प्रतिसाद देतो. या अफाट आणि गुंतागुंतीच्या विश्वामुळे माणसात अपरिहार्यपणे निर्माण होणाऱ्या गूढत्वाच्या भावनेचे समाधानही धर्म करतो. जगात घडणाऱ्या अनेक विचित्र गोष्टींमुळे व्याकूळ होणाऱ्या मनावर त्याच्यामुळे शीतल फुंकर घातली जाते. मानवी व्यवहारात भरून राहिलेल्या दुःख आणि अन्यायाचे स्पष्टीकरण धर्म पुरवतो. माणसाच्या शरीरात वास्तव्य करणाऱ्या, स्पष्ट करता न येण्यासारख्या अनेक तीव्र इच्छांचे समाधान धर्म पुरवतो. मुख्य म्हणजे धर्म ही एक आईवडील आणि इतरांकडून आनुवंशिकतेने आलेली आणि खोल रुजलेली सवय असते.

आपल्या सभासदांना चांगल्या प्रकारे शिस्तीत ठेवण्याचे एक साधन म्हणून समाजाने धर्माला नेहमीच– अगदी या तथाकथित निधर्मी काळातही– महत्त्वाचे मानले आहे. खरे तर निधर्मीपणा म्हणजे हे जग आणि त्यातील जीवन स्वाभाविकतः मूल्यवान आहे, असे मानणारी विचारप्रणाली, असे आपण मानायला हवे. त्या अर्थाने निधर्मीपणा हा सर्वसाधारणपणे धर्मविरोधी असायला हवा. कारण धर्म हा सामान्यतः या जगाला स्वर्गीय सुखाच्या काल्पनिक जगापेक्षा कमी महत्त्व देतो किंवा स्वर्ग वा नरक या दोन्हींपेक्षा त्याला कमी वास्तव समजतो. पण आधुनिक निधर्मीपणाला आपण धर्माच्या वर आहोत, असे भासविण्याची हौस असते. व्यवहारात त्याचा अर्थ सर्व धर्मांबद्दल आदर बाळगणे असा होतो. असा समाज निधर्मी नसतो. इतर धर्मांना इजा पोचेल, अशा तऱ्हेने फक्त एकाच धर्माला तो प्राधान्य देत नाही, एवढेच.

धर्म दोन प्रकारचा असतो : तत्त्वज्ञानात्मक आणि संस्थात्मक. तत्त्वज्ञानात्मक धर्म हा निरुपद्रवी असू शकतो. भिन्न प्रमाणातील ताकद व ताठरपणा असणाऱ्या धार्मिक नेत्यांची सत्ता चालणाऱ्या विविध पंथांमध्ये भरती करून घेण्यासाठी संस्थात्मक धर्म तत्त्वज्ञानात्मक धर्माचा एक साधन म्हणून उपयोग करताना सर्वसाधारणपणे आढळतो. या नेत्यांच्या हाती धर्म हा अनुयायांना शिक्षा करण्याचे उत्कृष्ट हत्यार

बनतो. गरिबी, शारीरिक वेदना यांसारख्या काही परिस्थितींत ते धर्माचा 'अफूची गोळी' म्हणून वापर करू शकतातच. पण शिवाय ते श्रद्धेला भ्रष्टाचार आणि लाच यांना शरण जायला लावतात. आपल्या अनुयायांमध्ये ऐक्याची आणि एकसंधतेची भावना निर्माण करण्यासाठी धर्मगुरू धर्माचा उपयोग करू शकतात आणि करतात. इच्छा असल्यास या भावनेचा उपयोग ते कल्याणकारी हेतूंसाठीही करू शकतात. परंतु बहुतेक वेळा हे सामर्थ्य व्यावसायिक प्रचार किंवा व्यावहारिक लाभ यांसारख्या अस्पृहणीय हेतूने वापरले जाते. साम्यवादाच्या व्याख्येनुसार साम्यवादी समाजात धर्म अस्तित्वात असू शकत नाही, किंवा वाढू शकत नाही. साम्यवादी तत्त्वप्रणालीपुढे धार्मिक विचारांच्या अवशेषांचा थरकाप व्हायला हवा, ते कोसळायला हवेत. पण तेथेही सरकारला जनतेची 'निष्ठा' मिळावी, म्हणून 'धर्माच्या दलालांना' खास वागणूक देणे पक्षाला उपयुक्त वाटते. इटलीत कम्युनिस्ट पक्षाला ख्रिश्चन लोकशाहीवादी पक्षाबरोबर सहकार्य करण्यासाठी अखेर मार्ग शोधावे लागतात. यामध्ये वरवर पाहता बहुमताची आकडेमोड असेल; परंतु कॅथॉलिक समाजाच्या हृदयापर्यंत पोचण्याचा तो एक उत्कृष्ट मार्ग असावा, ही गोष्टही शक्य आहे.

या ठिकाणी कला आणि धर्माच्या या चर्चेत थोडी विश्रांती घेऊन दोन पातळ्यांवर कार्य करू शकणाऱ्या आणि प्रत्यक्षात करणाऱ्या मनाच्या शक्तीचा विचार करायला हवा. या दोन पातळ्या म्हणजे तौलनिक अजैविक शुद्धतेची पातळी आणि जैविक व्यवहाराची पातळी. मनाच्या या शक्तीकडे मनोवैज्ञानिकांनी आणि तत्त्वज्ञांनी आत्तापर्यंत काहीसे दुर्लक्ष केले आहे, असे मला वाटते. या शक्तीसाठी 'प्रतिभा' हीच संज्ञा मी वापरीन. इंग्रजीत तिचे भाषांतर 'क्रिएटिव्ह इमॅजिनेशन' असे ढोबळमानाने करता येते. कुठल्या ना कुठल्या कृतीच्या रूपाने प्रत्यक्षात येणाऱ्या आकलनाच्या जीवनावश्यक प्रक्रियेत ही शक्ती महत्त्वाची भूमिका बजावते. उदाहरणार्थ, तुम्ही जेव्हा विशिष्ट रंगाचा हलता आकार पाहता, तेव्हा तो सापही असू शकतो. पण तो सापच आहे असे हा आकार तुम्हाला सांगत नाही आणि तरी तो सापच आहे असे तुम्ही ओळखता. कारण तुम्ही पूर्वी साप पाहिलेले असतात किंवा त्याबद्दल वाचलेले किंवा ऐकलेले असते. साप विषारी असू शकतो आणि त्याचा चावा जीवघेणा ठरू शकतो हेही तुम्हाला माहीत असते. हा आकार पाहण्यापूर्वी मिळवलेले हे ज्ञान तुमच्या मेंदूत व्यवस्थितपणाने नोंदलेले असते आणि तेथे त्याचे ठसेही उमटलेले असतात. तो आकार पाहिल्याबरोबर ते ठसे जागृत होतात. आणि पाहिलेला आकार म्हणजे साप आहे, हे तुम्हाला कळते. पाहिलेला आकार आणि जागृत झालेल्या ठशांमुळे मनात निर्माण झालेली सापाची प्रतिमारूप संकल्पना यांची फक्त तुलना करण्याचे काम 'प्रतिभा' करते. या तुलनेमुळेच हा आकार सापाचा आहे, याचे तुम्हाला ज्ञान होते.

हे ज्ञान झाले, की त्या वेळच्या तुमच्या परिस्थितीप्रमाणे तुम्हाला भीती वाटते, राग येतो किंवा एकाच वेळी या दोन्ही भावनांचा अनुभव येतो. भावना भीतीची असेल, तर तुमची पुढची क्रिया पळण्याची असते. पण भावना आणि कृती या दोन्हींमध्ये इच्छा येते. पळण्याची इच्छा निर्माण झाली नाही, तर तुम्ही पूर्णपणे अचल व्हाल. आणि त्यामुळे मोठ्या धोकादायक परिस्थितीत सापडाल. त्यामुळे भीतीची भावना पळण्याची इच्छा जागृत करते आणि तुम्ही पळता. ही जागी झालेली भीती योग्य तऱ्हेची आणि योग्य त्या ताकदीची असली पाहिजे. तशी ती असेल, याची खात्री 'प्रतिभा' देते. आत्ताचे ज्ञान आणि आवश्यक त्या प्रकारच्या आणि ताकदीच्या भीतीचे मेंदूतील ठसे (आपल्याला भावलेल्या प्रत्येक गोष्टीचे पक्के ठसे मेंदूत उमटलेले असतात) यांची तुलना करून 'प्रतिभा' ही गोष्ट साधते. नंतर ही भीती योग्य त्या प्रकारची इच्छा निर्माण करते. ही इच्छा कमी किंवा जास्त असून चालत नाही आणि तिला योग्य ती दिशा असली पाहिजे. ही इच्छा जागृत झाली, की तुम्ही योग्य त्या प्रकारे आणि आवश्यक त्या दिशेने पळता. म्हणून आकलनाची प्रक्रिया एका कल्पनेशी सुरू होते आणि संकल्पनेद्वारा क्रियेत फलद्रूप होते असे तुम्हाला आढळेल. याचा अर्थ असा, की ती तीन किंवा चार स्पष्ट अवस्थांतून जाते. 'वर्तमानाची मेंदूत साठविलेल्या भूतकाळाशी तुलना करून असे बदल घडवून आणणारी मनाची शक्ती म्हणजे प्रतिभा', अशी माझी व्याख्या आहे.

आकलनाच्या प्रक्रियेत प्रतिभेचे कार्य हे असे आहे. इंग्रजीत तिला 'क्रिएटिव्ह इमॅजिनेशन' म्हणतात. ती आकलनाच्या सामान्य प्रक्रियेत बद्ध असते. रंगीत आकार पाहून तो साप आहे, हे तुम्ही ओळखता, त्या वेळेपासून, तुम्ही त्यापासून यशस्वीपणे दूर झालात, तरी सापाचा विचार तुम्हाला सोडत नाही. परंतु स्वप्नात (हा आकलनाचा एक विशेष प्रकार आहे.) प्रतिभा वास्तवाशी बद्ध नसते. फ्रॉयडियन स्वप्ने वगळता इतर स्वप्नांत ती मुक्त असते. आणि सर्व स्वप्ने काही फ्रॉयडियन नसतात. माझी आवडती पांढरी गाय हा माझा स्वप्नानुभव पाहा : त्या स्वप्नात मी माझी आवडती पांढरी गाय पाहिली. पण ती आता पूर्णपणे काळी झाली होती. माझ्या प्रतिभेने कुठून तरी (बहुधा दुसऱ्या एखाद्या गायीचा) काळा रंग घेतला आणि तो माझ्या गायीला फासला. ही मुक्त प्रतिभा या दोन्ही बाबतींत निर्मितीशील आहे. आकलनाच्या प्रक्रियेत ती करीत असलेले तुलनेचे काम निश्चितच निर्मितीशील असते; आणि तरी ती तिला कामाला लावणाऱ्या वास्तवाशी बांधलेली असते. मुक्त प्रतिभा कोलरिजच्या 'द्वितीय श्रेणी कल्पनाशक्ती' सारखी असते. (मी ज्या पद्धतीने तिचे कार्य दाखविले आहे, त्या पद्धतीने ते दाखवणे कोलरिजला त्या काळात शक्य नव्हते आणि ते त्याने केलेले नाही) ती 'द्वितीय श्रेणीची कल्पनाशक्ती' आपल्या अनुभवांचा विलय,

प्रसरण आणि व्यय करते; आणि त्यांच्यांतून नव्या अनुभवाची पुनर्निर्मिती करते. माझ्या स्वप्नात प्रतिभेने दुसऱ्या कशाचा तरी विलय केला, वस्तूपासून त्याला विलग केले आणि माझ्या गायीच्या आकारावर तो फासला. हीच गोष्ट कला, विज्ञान, तत्त्वज्ञान, धर्म, क्रीडा, मैत्री आणि नीतितत्त्वे यांच्या बाबतीत मुक्त प्रतिभा करीत असते. ती आकलनाच्या साखळीचा विलय करून प्रतिमा, संकल्पना, भावना, इच्छा आणि कृती असे तिचे वेगवेगळे घटक सुटे करते, त्यांना जीवनव्यवहाराच्या सजावटीतून, मूलभूत जीवनेच्छेच्या तावडीतून मुक्त करते आणि त्यातील प्रत्येकाला भूतकाळात जमा केलेल्या आपल्या सर्व अनुभवांनी संपन्न बनवते. अशा रीतीने ती कला, विज्ञान, तत्त्वज्ञान, उच्च पातळीवरील धर्म, खेळ, मैत्री, नीतितत्त्वे, इत्यादी मानवी संस्कृतीच्या भव्य घटकांची मुक्तपणाने निर्मिती करते. परंतु बद्ध प्रतिभा– (प्रेम करण्याच्या अमर्याद इच्छेशी बद्ध)– आपल्या दैनंदिन आकलनामागची आधारभूत शक्ती– मानवाच्या या शुद्ध निर्मितींना व्यापून टाकण्याचा सतत प्रयत्न करते. परिणामतः भौतिक प्रगतीला (सिव्हिलायझेशन) संस्कृतीच्या वरचा दर्जा दिला जातो. त्यामुळेच कलेच्या जागी कारागिरी आढळते, विज्ञानाचे रूपांतर तंत्रज्ञानात होते. तत्त्वज्ञानाबरोबर डझनवारी तथाकथित 'जीवनविषयक तत्त्वज्ञानां'ची लढाई होते, उच्च पातळीवरील धर्माचे संस्थात्मक धर्मात रूपांतर केले जाते. शुद्ध खेळ टोळी-भावनेने दूषित होतो, शुद्ध मैत्री व्यक्तिगत स्वार्थ विचाराच्या मिश्रणाने ओंगळ बनते आणि उघडपणे समाजशास्त्रीय असलेल्या व्यवस्थांना चिरकालीन नीतितत्त्वे म्हणून प्रतिष्ठित केले जाते. परंतु शेक्स्पिअरची कला, आइन्स्टाइनची सापेक्षता, प्लेटोचे तत्त्वज्ञान, ब्रॅडमनचे क्रिकेट, गांधींची नीतितत्त्वे अशा मानवी संस्कृतीचे वैभव असलेल्या गोष्टींची निर्मिती मुक्त प्रतिभा करते.

या चर्चेच्या प्रकाशात आपण नीतितत्त्वांचा विचार करू. थोडा विचार केला, तर लक्षात येईल की खरे बोलणे, वैवाहिक नियमांचे पालन करणे, चोरी न करणे या आणि अशा इतर गोष्टी समाज टिकून राहण्यासाठी आवश्यक असतात. अशी काही बंधने नसतील तर समाज कलहग्रस्त होईल; परंतु गांधी, जयप्रकाश नारायण यांच्यासारखे काहीजण असे सांगतात, की 'मला राजकारण करायची इच्छा आहे; पण मी सत्तेला स्पर्श करणार नाही.' 'मला स्त्रीची गरज आहे; पण मी ब्रह्मचर्याचे पालन करीन.' 'इतर कुठल्याही प्राण्याइतकीच मलाही खाण्याची तीव्र इच्छा आहे; पण मी उपवास करीन.' अशा व्यक्तींच्या मुक्त प्रतिभेचा आविष्कार असलेली नीतितत्त्वे म्हणजे खरी नैतिकता.

या सगळ्याचा वृत्तपत्राशी, पत्रकारितेच्या नीतितत्त्वाशी काय संबंध? संबंध अगदी स्पष्ट आहे : वृत्तपत्रांचे समाजाबाबत आणि स्वतःबाबत काही कर्तव्य असते. समाजाचे संतुलन साधणारी यंत्रणा म्हणजे वृत्तपत्रे, असे माझे प्रतिपादन आहे.

वृत्तपत्रे जनमत तयार करतात आणि त्याद्वारे लोकशाही समाजाचा तोल सावरतात. मी असेही प्रतिपादन केले आहे, की फक्त लोकशाहीतच वृत्तपत्रे ही वृत्तपत्रे असतात. म्हणून लोकशाही समाजाचा तोल सावरण्याचा प्रयत्न करणे म्हणजेच, वेगळ्या शब्दांत, लोकशाही टिकवण्याचा प्रयत्न करणे हे वृत्तपत्रांचे स्वत:बाबतचे कर्तव्य ठरते.

मी उल्लेखिलेली सहा मूल्येही समाजाबाबत हेच कार्य करतात. ती समाजाचा तोल सावरतात. एखादा समाज काही काळ काही मूल्यांवर जास्त भर देत असेल; पण त्यासाठी इतर मूल्यांना पूर्णपणे वगळून चालणार नाही. साम्यवादी समाज हे निरीश्वरवादी असतात. पण तेही धर्माला पूर्णपणे दडपून टाकू शकलेले नाहीत, हे आपण पाहिलेच आहे. शिवाय साम्यवाद हाच एक प्रकारचा धर्म आहे. त्याचे आणि धर्माचे मानसशास्त्र बऱ्याच बाबतींत समान असते. उदाहरणार्थ, आपल्या विजयाच्या ऐतिहासिक अपरिहार्यतेवर साम्यवादाची श्रद्धा असते. म्हणून एखादा समाज एखाद्या विशिष्ट मूल्यावर किंवा मूल्यांच्या गटांवर भर देण्याचा प्रयत्न करणे शक्य आहे. पण अंतिमत: तो सहाही मूल्यांच्या मिश्रणावरच अवलंबून असतो. कारण ती सहाही मूल्ये माणसाच्या अंत:करणातील कोणत्या ना कोणत्या खोल व उत्कट इच्छेची पूर्ती करीत असतात. पण व्यक्ती नेहमीच इतक्या धोरणी किंवा समंजस नसतात. त्यांचा किंवा त्यांच्यांपैकी निदान काही व्यक्तींचा सहा मूल्यांपैकी एक किंवा थोडी मूल्ये जोपासण्याकडे कल असतो. परिणामत: मी आधीच सांगितल्याप्रमाणे ते एकांगी बनतात. त्यांच्या व्यक्तित्वांचा विकास एकाच दिशेने होतो. जास्त कठोर शब्दांत सांगायचे, तर ते विकृत होतात. उदाहरणार्थ, सत्तेचे व्यसन असलेला माणूस एकाकी व इतरांपासून अलग होतो. ऐक्याचा ध्यास असलेल्या माणसाचा अहम्‌कडे दुर्लक्ष करण्याकडे कल असतो आणि त्यामुळे त्याचे व्यक्तिमत्व अधुरे राहते. फक्त व्यापारी वस्तूंचीच पर्वा असणारा माणूस स्वार्थी व मूर्ख होतो. फक्त कलांची जोपासना करणारा पूर्णत: अव्यवहारी होतो. शुद्ध सैद्धान्तिक ज्ञानाचा भक्त निरुपयोगी विद्वान बनतो. उच्च श्रेणीतल्या धार्मिक भक्ताचे या जगात मुळीच लक्ष लागत नाही आणि अतिरेकी धर्मवेडा समाजाच्या दृष्टीने संकट ठरतो. फक्त समाजातच नव्हे, तर व्यक्तीच्या ठिकाणीही या सहाही मूल्यांचे संतुलित मिश्रण असणे आवश्यक असते. त्यामुळे ते स्वत:ची अधिक चांगल्या प्रकारे पूर्तता करण्याची शक्यता असते. परंतु अशी माणसे असामान्य असतात; आणि समाजाच्या निर्मितीशील व ऱ्हासशील अशा दोन्ही अवस्थांत असामान्य माणसे समाजाचे नेतृत्व करतात. तर काही माणसांना चमत्कारिक आणि आत्मसंतुष्ट नगण्य जीव बनणे अधिक पसंत असते. जीवनातील हा एक विरोधाभास आहे. पण मानवी जीवन पुष्कळ वेळा विरोधाभासांच्या आधारावरच भरभराटीला येते असे दिसते. याचे कारण असे की

मानवी मेंदू काही कृत्रिमरीत्या उत्क्रांत झालेला नाही; आणि माणूस हा एकाच वेळी व्यक्ती असतो आणि सामाजिक घटकही असतो. माणसाचे व्यक्ती म्हणून असलेले अस्तित्व आणि त्याची सामाजिकता यांत विरोधविकास संबंध असतो. हीच वस्तुस्थिती मानवी जीवनात वेळोवेळी दिसून येणाऱ्या विरोधाभासांच्या मुळाशी असते.

काही झाले तरी वृत्तपत्राला अशा विरोधाभासांत रमणे परवडत नाही. वृत्तपत्राचे व्यक्तिमत्व संमिश्र किंवा बहुजिनसी असते. ते केवळ संपादकामुळे व वृत्तपत्राची व्यवस्था पाहणाऱ्या सर्वांमुळेच नाही, तर वाचकांमुळेही प्राप्त होते. वृत्तपत्राचा वाचकांवर परिणाम होतो आणि वाचकांचा वृत्तपत्रावर प्रभाव पडतो. म्हणूनच वृत्तपत्राला सहाही मूल्यांकडे सारखेच लक्ष द्यावे लागते.

सर्वप्रथम म्हणजे वृत्तपत्राला जगायचे असते आणि तेही आपल्या व्यक्तिमत्वाला अनुसरून. त्यामुळे त्याला आपल्या अस्तित्वाची फक्त आर्थिक बाजू पाहून चालत नाही, तर त्याच वेळी आपल्या स्वातंत्र्यासाठीही लढावे लागते. याचा शेवटी अर्थ असा की वृत्तपत्राने वाचकांना कोणत्याही रंगाची भेसळ न करता बातमी दिली पाहिजे आणि त्याच वेळी सर्व बातम्या आणि टिप्पण्यांना अपरिहार्यपणे ग्रासणाऱ्या पूर्वग्रहाच्या विरुद्ध काही तरी व्यवस्था केली पाहिजे. वृत्तपत्र फक्त बातमी देत नाही, तर त्यावर टीका-टिप्पणीही करते. हे करताना त्याला घटनांचे स्पष्टीकरण करावे लागते; आणि त्यासाठी त्याला कोणत्यातरी सैद्धान्तिक चौकटीचीही गरज असते. या दोन्ही गोष्टी करताना त्याला सत्तागटांकडून होणाऱ्या विरोधाला तोंड द्यावे लागण्याची शक्यता असते. आपल्या स्वत:च्या सत्तेच्या बळावरच त्याला तसे करणे भाग पडते. हे करत असताना त्याला वाचकांबरोबरच्या आपल्या ऐक्याची भावना गमावता येत नाही. परंतु वृत्तपत्राचा वाचकवर्ग हा निवडक वाचकांनी बनलेला वर्ग नसतो. कारण फक्त काही निवडक व्यक्तींसाठी किंवा गटांसाठी बातम्या आणि टीकाटिप्पणी पुरवणे वृत्तपत्राला शक्य नसते. म्हणून वृत्तपत्राला शेवटी सर्व समाजाचीच काळजी घ्यावी लागते. ज्या समाजाच्या गरजा वृत्तपत्र भागवत असते, त्या समाजाच्या स्वास्थ्याची ती काळजी असते. उदाहरणार्थ, बलात्काराची बातमी देताना त्यात गुंतलेल्या महिलेच्या सन्मानाचे रक्षण करण्याचे नैतिक बंधन वृत्तपत्रावर असते. त्यामुळे तिचे नाव व तिच्याबद्दलचे इतर तपशील वृत्तपत्राने प्रसिद्ध करून चालत नाही. बलात्कारीत महिलेचा घडलेल्या घटनेत काही दोष नाही, हे माहीत असले, तरी तिच्याकडे तुच्छतेने पाहणाऱ्या आपल्या समाजाच्या बाबतीत, असल्या गोष्टीबद्दल तो फार हळवा असल्यामुळे जास्त काळजी घ्यावी लागते. दुसरे उदाहरण जातीय दंगलींचे. त्या बाबतचा वृत्तान्त देताना आधीच भडकलेल्या तीव्र भावना आणखी भडकणार

नाहीत, अशी काळजी वृत्तपत्राने घेतली पाहिजे. काही खमंग तपशील वगळावा लागल्यामुळे त्याचा वृत्तान्त नीरस आणि रंगहीन बनतो. पण तेही त्याने आनंदाने स्वीकारले पाहिजे.

वृत्तपत्रीय नीतितत्त्वे

वरवर पाहता ही आचारसंहिता* चांगली आहे असे दिसते. ही संहिता आणीबाणीच्या काळात तयार करण्यात आली व प्रसिद्धीला देण्यात आली, ही गोष्ट लक्षात ठेवली पाहिजे. ह्या काळात संपादक आणि प्रकाशक यांच्या डोक्यावर प्रसिद्धीपूर्व नियंत्रणांची टांगती तलवार होती. ह्या नियमांत असलेल्या अनेक धोक्यांची नोंद घेतली पाहिजे. उदाहरणार्थ, पहिल्याच कलमात व्यक्तीच्या आणि समाजाच्या मूलभूत हक्कांचा एकाच श्वासात उल्लेख करण्यात आला आहे. व्यक्तीचे हक्क म्हणजे काय, हे सर्वश्रुत आहे. व्यक्तीची मूलभूत स्वातंत्र्ये हा त्याचा पहिला अर्थ आहे. पण सामाजिक हक्क याचा अर्थ काय? साम्यवाद्यांच्या मते हे दोन्ही हक्क परस्परांना छेद देणारे असण्याचा संभव आहे. दुसऱ्या कलमाप्रमाणे राष्ट्रीय एकात्मतेला हातभार लावणाऱ्या राज्यसंस्था आणि लोक यांच्या कृतींना ठळक प्रसिद्धी देणे भाग पडेल. पण या गोष्टी साधण्यात आलेल्या अपयशावर टीका करण्याचे काय आणि येथे राज्यसंस्थेचा अर्थ काय? राज्यसंस्थेचे प्रतिनिधित्व करण्याचा गैरवाजवी हक्क शासन स्वत:कडे घेणार नाही काय? ज्या सत्ताव्यूहात वृत्तपत्राला काम करावे लागते, तो लक्षात घेता, अमुक एक गोष्ट करण्याचे बंधन वृत्तपत्रावर शासन घालू शकेल, अशी कोणतीही तरतूद धोकादायक असते. तिसरे कलम नागरी अव्यवस्थेचा उल्लेख करते. येथे नागरी अव्यवस्थेचा अर्थ काय? ती कुणी ठरवायची? शासनाविरुद्ध केलेला शांततापूर्ण सत्याग्रहही नागरी अव्यवस्था ठरू शकेल का? की कामगारांचा संप, एखादा बंद किंवा मोर्चा ठरेल? याबाबत हे कलम सुंदरपणे संदिग्ध आहे. पाचवे कलम असे आहे, की 'अंदाज बांधण्याच्या स्वरूपाचा कोणताही खळबळजनक किंवा पक्षपाती वृत्तान्त प्रसिद्ध करता कामा नये.' खळबळजनक किंवा पक्षपाती म्हणजे काय आणि ते कोणी ठरवायचे? या ठिकाणी आपण हे लक्षात ठेवले पाहिजे, की हे नीतिनियम प्रसिद्ध करण्यात आले, तेव्हा वृत्तपत्र मंडळ बरखास्त केले गेले होते. दहावे कलम एखाद्या व्यक्तीच्या खासगी जीवनासंबंधीच्या प्रकाशनाला बंदी करते. हाही अतिशय फसवा प्रस्ताव आहे. व्यक्तीच्या खासगीपणावर आक्रमण होऊ नये याच्याशी कोणीही मनापासून सहमत होईल. पण अशा व्यक्ती राजकारणी किंवा मंत्री असतील, तर काय? एखादा दारूबंदी मंत्री नेहमी मद्यपान करीत असल्याचे माहीत असेल, तर ती वस्तुस्थिती प्रसिद्ध करावी की नाही? सचोटीबद्दल नेहमी बोलणारा मंत्री जर भ्रष्टाचारी किंवा जुगारी असेल तर काय? स्त्रियांच्या

हक्कांबद्दल बोलणारा मंत्री स्वत:च्या पत्नीला मारत असेल तर? एखादा मंत्री जर आपल्या घरी अस्पृश्यता पाळत असेल तर? वृत्तपत्रांनी या गोष्टी प्रसिद्ध कराव्यात की नाही? बारावे कलम लोकशाही, समाजवाद आणि धर्मनिरपेक्षतावाद यांच्याबद्दल सांगते. धर्मनिरपेक्षतावादाच्या आवश्यकतेबद्दल काहीच शंका नाही. पण धर्मनिरपेक्षतावाद याचा अर्थ काय? प्रस्थापित धर्मामध्ये ढवळाढवळ न करणे एवढाच त्याचा अर्थ होतो का? इहलोकवाद स्वाभाविकत: मूल्यवान आहे असा अर्थ घेतल्याखेरीच धर्मनिरपेक्षतावाद लोकशाही किंवा समाजवाद यांना बळकटी देऊ शकणार नाही. हे कलम लोकशाही आणि समाजवाद यांचा एकत्र उल्लेख करते. परंतु लोकशाही आणि समाजवाद यांचे ऐक्य इतके वादातीत आहे का? मानवजातीला या दोहोंचा स्वतंत्र किंवा एकत्रित अनुभव पुरेसा नाही असे नाही. भागीदार म्हणून ते अस्वस्थ असतात हे प्रसिद्ध आहे. काही प्रमाणातील समाजवाद लोकशाहीला खरोखर बळकट करू शकेलही. पण त्याला लोकशाहीची आनुषंगिक बाब मानले, तरच त्याला हे करता येईल. म्हणून वृत्तपत्रांनी सतत या दोन गोष्टींची सांगड घालण्यासंबंधी समीक्षात्मक दृष्टिकोण स्वीकारायला हवा. काही झाले, तरी वृत्तपत्रांना लोकशाहीच्या अव्वल स्थानाकडे दुर्लक्ष करता येणार नाही. वृत्तपत्र हे फक्त लोकशाहीतच वृत्तपत्र राहू शकते, हुकुमशाहीत शासनाचे प्रसिद्धीपत्रक होण्याकडे त्याचा कल असतो, ही गोष्ट वृत्तपत्रांनी सतत लक्षात ठेवली पाहिजे. वृत्तपत्रांनी आणखी एक गोष्ट लक्षात ठेवणे आवश्यक असते : जनमत ही समाजाचे संतुलन सांभाळणारी लोकशाही यंत्रणा आहे आणि वृत्तपत्र हा तिच्यातील एक महान निर्मितीशील घटक आहे. निकोप लोकमत घडविण्यास हातभार लावताना वृत्तपत्रे फक्त स्वत:लाच हातभार लावत असतात. या मूलभूत कर्तव्याशी द्रोह करणे म्हणजे स्वत:च्या पायावर धोंडा पाडून घेणे होय. म्हणून कोणत्याही वृत्तपत्रीय आचारसंहितेने लोकशाही हक्कांच्या रक्षणावर प्रथम भर देणे आवश्यक आहे. या देशात निकोप पत्रकारितेची वाढ व्हायची असेल, तर ह्या एकमेव विचाराच्या प्रकाशात वर उल्लेखिलेल्या संहितेतील सर्वच्या सर्व चौदा कलमांचा अर्थ (त्यांपैकी काही कलमांवर वर केलेल्या टीकेच्या जोडीला) लावला जाणे आवश्यक आहे.

◆

साहित्य आणि पत्रकारिता

वाङ्मयीन लेखन आणि वृत्तपत्रीय लेखन यांतील फरक समजावून घ्यायचा असेल, तर प्रथम वाङ्मयीन अनुभव आणि आपणा सर्वांच्याच आयुष्यात येणारे सामान्य व्यावहारिक अनुभव (त्यांच्याशीच वृत्तपत्रीय लेखनाचा प्रामुख्याने संबंध असतो.) यांतील फरक समजावून घेतला पाहिजे.

काही तत्त्वज्ञ सामान्य अनुभव आणि कलानुभव यांच्यामध्ये असा काही फरक असतो हे स्पष्टपणे नाकारतात किंवा काहींना त्या फरकाचा विसर पडलेला असतो, या वस्तुस्थितीची मला जाणीव आहे. परंतु त्यांनी असा फरक नाकारणे किंवा अशा फरकाची नोंद न घेणे बरोबर आहे असे मला वाटत नाही. या संदर्भात 'ब्रिटिश जर्नल ऑफ इस्थेटिक्स'चे संपादक व प्रख्यात ब्रिटिश सौंदर्यमीमांसक हॅरॉल्ड ऑसबोर्न यांचे एक निरीक्षण उद्‌धृत करावेसे मला वाटते. विट्‌गेन्स्टाइनच्या 'कला, धर्म आणि मानसशास्त्र यांवरील व्याख्याने आणि संवाद' ('लेक्चर्स ॲण्ड कॉन्व्हर्सेशन्स ऑन आर्ट, रिलिजन ॲण्ड सायकॉलोजी') या पुस्तकाचे परीक्षण करताना ऑसबोर्नने असे म्हटले आहे, की सामान्य अनुभवाचे विश्लेषण करताना आपल्याला अत्यंत उपयुक्त ठरलेली तत्त्वज्ञानीय विश्लेषणाची पद्धत कलानुभवाचे विश्लेषण करताना पूर्णपणे अयशस्वी ठरावी या वस्तुस्थितीमुळे विट्‌गेन्स्टाइन अस्वस्थ झाला असावा असे दिसते. ऑसबोर्नच्या या निरीक्षणाचा ध्वन्यर्थ स्पष्ट आहे. कलानुभव आणि सामान्य अनुभव यांच्यांत उच्च दर्जाचा फरक आहे; आणि यामुळे विट्‌गेन्स्टाईन सरळ गोंधळून गेला आहे. विट्‌गेन्स्टाईन गेल्या पिढीपर्यंत समकालीन ॲंग्लो-सॅक्सन तत्त्वज्ञानाचा मुख्य देवदूत होता. या तत्त्वज्ञानाने एकही महत्त्वाचा सौंदर्यमीमांसक निर्माण केला नाही, यात काहीच नवल नाही; आणि जोपर्यंत हे तत्त्वज्ञान कलानुभव आणि सामान्य अनुभव यांतील मूलभूत भेदाची दखल घेत नाही, तोपर्यंत त्याला असा सौंदर्यमीमांसक निर्माण करता येणार नाही.

आपण आपला कलानुभव, सैद्धान्तिक व्यवहाराचा अनुभव, धार्मिक चिंतनाचा अनुभव आणि रोजच्या जीवनातील व्यवसायिक अनुभव यांचा विचार केला आणि त्यांची तुलना केली, तर अनुभव वेगवेगळ्या प्रकारचे असतात, हे आपल्या सहज लक्षात येईल. आपल्याला असे आढळेल, की या विविध व्यवहारांच्या अनुभवांत ठळक फरक आहेत. उदाहरणार्थ, भाजी खरेदी करताना, दंगलग्रस्त भागात आसरा

शोधताना किंवा आपल्या पत्नीबरोबर भांडताना आपल्या अनुभवास येणाऱ्या भावनांची बाधा सैद्धान्तिक व्यवहाराच्या अनुभवाला होत नाही. सैद्धान्तिक अनुभव (वैज्ञानिक प्रयोगासारख्या काही गोष्टी वगळता) हा अंतर्मुख असतो, तर सामान्य व्यवहारी अनुभव बहिर्मुख असतो; आणि काही ना काही व्यावहारिक कृती करावयास आपल्याला प्रेरणा देतो. क्रीडा, धर्म आणि कला यांचे अनुभव व्यावहारिक अनुभवांपेक्षा खरोखरच भिन्न आहेत आणि त्यांच्यामुळे जागृत होणारी भावना व्यावहारिक जीवनातील कृतिप्रवण भावना नसते. प्रख्यात ब्रिटिश टीकाकार क्लाईव्ह बेल याने कलेच्या बाबतीत ज्या भावनावर्गाला सौंदर्यभावना असे नाव दिले, त्या वर्गातील ही भावना असते. बहुतेक वेळा ती भावना नसतेच मुळी; तर तीव्र झालेल्या जाणिवेमुळे निर्माण झालेली आनंदस्थिती असते. भारतीय संगीताची मैफल ऐकण्याचे सोपे उदाहरण कलेच्या बाबतीत देता येईल. समजा, की पहाटेचे दोन वाजले आहेत. त्या मैफलीच्या आकर्षणाने तुम्हांला जागे ठेवले आहे. पण मैफलीतील एखादी रचना तुम्हाला आवडत नाही आणि झोप तुमच्या आस्वादाचा गळा घोटत आहे. परंतु खरी गोष्ट बरोबर उलटी असते. मैफलीतील पुढची रचना एकाएकी तुम्हाला आकर्षित करते. तुम्हांला ती अत्यंत रसपूर्ण वाटू लागते आणि तुम्ही खडखडीत जागे होता. मैफलीला जाणाऱ्या प्रत्येकाला कधी ना कधी हा अनुभव आलेला असतोच. कलानुभवाने तुमच्या जाणिवेच्या मुळाशी असलेली तुमची ऊर्जा जागृत केलेली असते. कला तुमच्या बाबतीत करते, ते खरोखर एवढेच.

आणखी एक गूढ प्रकारचा अनुभव असतो. त्याला समाधीचा अनुभव म्हणतात. आपल्यापैकी बऱ्याच जणांना हा अनुभव नसतो. खरे तर असलाच, तर अगदी थोड्याच व्यक्तींना हा अनुभव असतो. असे असले, तरी अनेक हिंदू आणि ख्रिश्चन गूढवाद्यांनी आपले समाधीविषयीचे अनुभव प्रसिद्ध केले आहेत; आणि गूढवाद्यांच्या या दोन गटांच्या अनुभवांत भुलवणारे साम्य आढळते. समाधीच्या 'अनुभवा'बद्दल मी बोलतो, तेव्हा मी एक प्रकारच्या विसंगतीला वाव देतो, याची मला जाणीव आहे. स्मृतीच्या आधारावरच अनुभवाला परत जिवंत करता येते आणि समाधीच्या व्याख्येप्रमाणे समाधीत स्मृती कार्य करू शकत नाही. समाधी म्हणजे 'अहम्'चे पूर्णपणे विसर्जन. समाधीअवस्था चालू असेपर्यंत 'अहम्'ला आपल्या स्वतंत्र अस्तित्वाचा त्याग करावा लागतो. अनुभवाला पुनरुज्जीवित करण्याचे काम 'अहम्'च करीत असतो. इतर मानसिक घटनांप्रमाणे समाधी हीही मेंदूवर काही ठसे उमटवीत असते आणि मेंदूच्या त्या भागाला इलेक्ट्रोड लावून ते ठसे पुनरुज्जीवित करता येतात, असा जरी युक्तिवाद केला, तरी त्यामुळे मनाची जी अवस्था जागृत होईल, ती संबंधित व्यक्तीला पूर्णपणे परकी असेल. असे असेल तर या गूढ गोष्टींमध्ये

कल्पनेचा अंश असतो, असे म्हणावे लागेल. याचा अर्थ फक्त असा होईल की या हकीगतींमध्ये गूढ मनोवस्थेची अत्युच्च शिखरे येत नसली, तरी पुनरुज्जीवित होऊ शकण्यासारखे त्या शिखरांचे सीमाप्रदेश त्यात येतात. ते अनुभव संधिप्रकाशाचे असतात. असे असले, तरी त्यांना स्वत:ची चव असेल. या चवीची नोंद मानसशास्त्रज्ञ अब्राहम मॅस्लोने आपल्या 'अस्तित्वाचे मानसशास्त्र' आणि 'मनाचे अधिक दूरचे टप्पे' ('सायकॉलॉजी ऑफ बीइंग' व 'फार्दर रीचेस ऑफ द माइंड') या पुस्तकांत घेतली आहे. मॅस्लोने तिला कला आणि तत्सम अनुभवांच्या दावणीला बांधले आहे. मला मात्र त्यातला प्रत्येक अनुभव वेगळा केला पाहिजे असे वाटते. पण पत्रकारितेचा मुख्य विषय असलेले सामान्य व्यवहारी अनुभव या सगळ्याच शिखर-अनुभवांपेक्षा भिन्न असतात.

मागच्या प्रकरणात प्रतिभेबद्दलचा जो युक्तिवाद आला आहे, त्यावरून वाङ्मयीन अनुभव सर्वसामान्य अनुभवापेक्षा वेगळा आहे, असे मी का मानतो, याची कल्पना येईल. प्रतिभेबद्दलचा माझा सिद्धान्त असे प्रतिपादन करतो, की मुक्त प्रतिभा ही पूर्वीच्या अनुभवाचा 'विलय, प्रसरण व व्यय' करते आणि या विसर्जनातून जे कण बाहेर पडतात, त्यांतून नव्या अनुभवाची पुनर्निर्मिती करते. हा नवा अनुभव बांधण्याचे काम स्वान्त:सुखाय, निव्वळ त्या कामातील आनंदासाठी केले जाते. सौंदर्यपूर्ण निर्मिती आणि सौंदर्याचा आस्वाद यांच्या मुळाशी असलेली हीच ती सौंदर्यवादी मनोवृत्ती होय. जेव्हा अनुभव हा निव्वळ चवीसाठी घेतला जातो, त्याच्या निव्वळ स्पर्शासाठी घेतला जातो (इथे मी 'स्पर्श' हा शब्द शब्दकोशातील शारीरिक स्पर्श या अर्थाने नव्हे, तर आपल्याला काहीतरी 'स्पर्शते', त्या वेळची आपली भावना व्यक्त करण्यासाठी वापरला आहे), त्याच्या गुणधर्माची चव घेण्यासाठी घेतला जातो; आणि काही व्यावहारिक कृतीचे साधन म्हणून त्याच्याकडे पाहिले जात नाही, तेव्हा त्याचे सौंदर्यानुभवात रूपान्तर होते. व्यावहारिक कृतीचे साधन म्हणून ज्या अनुभवाकडे पाहिले जाते, त्याचे काय होते, याचे सुंदर वर्णन प्रा. मायकेल पोलान्यी यांनी आपल्या 'व्यक्तिगत ज्ञान' या महत्त्वाच्या ग्रंथात केले आहे. पोलान्यी म्हणतात : 'अनुभवाचे निरीक्षक किंवा नियंत्रक म्हणून आपल्याला अनुभवाकडून मार्गदर्शन मिळते आणि अनुभवाचा अनुभव म्हणून अनुभव न घेता आपण त्याच्यातून पार होतो. कोणत्याही गोष्टीचे निरीक्षण व नियंत्रण आपण ज्या संकल्पनात्मक चौकटीच्या द्वारा करतो ती चौकट म्हणजे आपण आणि त्या गोष्टी यांमधील पडदा असते. त्यांचे देखावे आणि ध्वनी, गंध आणि स्पर्श पडद्यातून बाहेर येतात. पण अतिशय सूक्ष्म स्वरूपात. त्यामुळे तो पडदा आपल्याला त्या गोष्टींपासून अलिप्त ठेवतो.' (पृ. १९७). प्रा. पोलान्यी ज्याला चिंतन म्हणतात; आणि मी व्यावहारिक हेतूंसाठी

उपयोग करण्याचा विचार न करता अनुभवाची चव घेण्याची सौंदर्यवादी मनोवृत्ती म्हणतो, तिच्यामुळे 'हा पडदा विरघळून जातो.' आपली अनुभवातून पार होण्याची हालचाल थांबते आणि आपण अनुभवात थेट फेकले जातो. वस्तूंची हाताळणी करण्याचे थांबवून आपण त्याच्यातच गुंतून जातो. चिंतनाला कोणताही अंतिम उद्देश किंवा हेतू नसतो. त्यात आपण थांबतो आणि आपल्या अनुभवाच्या गुणवत्तेमध्ये स्वान्त:सुखाय गुंतून जातो' (पृ. १९७) हे चिंतन किंवा सौंदर्यवादी मनोवृत्ती कलेला सार्वभौमत्व बहाल करते. कलेला न-कला केल्या शिवाय तिच्या सार्वभौमत्वाला धक्का लावता येत नाही. वस्तूंचा व्यवहारात काय उपयोग आहे, याची किंचितही पर्वा न करता तुम्ही त्यांच्याकडे पाहण्याची सौंदर्यवादी मनोवृत्ती स्वीकारता, त्यावेळी त्यांच्या संकल्पनात्मक, भावनात्मक किंवा ऐच्छिक अर्थाकडे दुर्लक्ष करण्याकडे तुमचा कल असतो. त्यामुळे त्या गोष्टी आपल्या अंगभूत स्वरूपात तुम्हाला सामोऱ्या येतात. म्हणजे तुम्ही त्यांचा अनुभव प्रतिमांच्या रूपात घेता. सौंदर्यवादी मनोवृत्तीची जोड मिळालेली मुक्त (किंवा निर्मितीशील) प्रतिभा कलेच्या आणि वाङ्मयाच्या विश्वात हेच कार्य करते. मुक्त प्रतिभा जेव्हा सौंदर्यवादी मनोवृत्तीने अनुभव घेण्यात गुंतलेली असते, म्हणजे अनुभवाचे अंगभूत गुण जाणून घेण्याच्या निखळ आनंदासाठी अनुभव घेते, तेव्हा शब्द रंग, दगड, ध्वनी किंवा शारीरिक हालचाली यांच्यामध्ये कलात्म प्रतिमा निर्माण केल्या जातात. वाङ्मयात शब्दांचा उपयोग त्यांच्यातून प्रतिमास्वरूप आकृतिबंध निर्माण करण्यासाठी केला जातो, संकल्पनात्मक जाण किंवा भावनास्पर्श व्यक्त करण्यासाठी नव्हे. उदाहरणार्थ, लिओ टॉलस्टॉयने 'ॲना कॅरेनिना'च्या चार प्रकरणांत आत्महत्या करण्यापूर्वीच्या ॲनाच्या संभ्रमित मनोवस्थेची अतिशय कुशल चित्रे काढली आहेत. रंगचित्रे या रंगांतील प्रतिमा असतात, तर संगीत रचना ही ध्वनींतील प्रतिमा असते. काही रसिक असे मानतात, की संगीतामध्येही गायिल्या जाणाऱ्या पंक्तीतून भावनात्मक आशयच प्रक्षेपित होतो. त्यासाठी ते भारतीय संगीतातील ठुमरीचे उदाहरण देतात. ठुमरीच्या संहितांमध्ये भावनापूर्ण रचना असतात, हे खरे. परंतु संगीतातून भावनांचे प्रक्षेपण करणे हा त्यांचा हेतू नसतो, तर ख्याल किंवा धृपद गाऊन जी ध्वनिप्रतिमा गायक निर्माण करतो, त्यापेक्षा भिन्न अशी स्वतंत्र ध्वनिप्रतिमा निर्माण करण्यासाठी गायकाच्या स्वररचनांमधील कंठध्वनीच्या गुणवत्तेला खुलविणे हा असतो. ठुमरी बंदिशींतील भावनात्मक अर्थाला स्वत:चे असे महत्त्व नसते. त्यांना महत्त्व प्राप्त होते, ते त्यांच्यामुळे गायकाच्या आवाजाला एक नवीन गुणवत्ता प्राप्त होते, म्हणून. मुक्त प्रतिभा पूर्वानुभवाच्या विलयातून पुनर्निर्मित केलेल्या प्रतिमेला सुघीक आणि संपन्न बनविते, ती या रीतीने. तिला जी प्रतिमा निर्माण करायची असते तिला संपन्न बनविण्यासाठी ती पूर्वानुभवातील सर्व संकल्पनात्मक, भावनात्मक आणि ऐच्छिक

घटकांचा उपयोग करते. प्रतिमा निर्माण करण्यासाठी मुक्त प्रतिभा अनुभवाच्या संकल्पनात्मक, भावनात्मक आणि ऐच्छिक अंगांचा वापर साधने म्हणून करते. त्यांचा वापर अनुक्रमे विज्ञान, तत्त्वज्ञान, धर्म, नीतितत्त्वे यांमध्ये साध्य म्हणूनही करणे तिला शक्य असते. कलेमध्ये तिचा संबंध प्रतिमा निर्माण करण्याशी असतो आणि त्या प्रतिमा समृद्ध करण्यासाठी पूर्वानुभवाच्या सर्व घटकांचा जितका जास्तीत जास्त निर्मितीशील उपयोग करता येईल, तितका ती करते.

जगण्याच्या तीव्र इच्छेची शक्ती इतकी जबरदस्त असते आणि प्रत्येक गोष्टीला व्यावहारिक उपयोगांच्या दावणीला बांधण्याची तिची प्रवृत्ती इतकी बळकट असते की व्यावहारिक जीवनाच्या सेवेतील कृती करणारी बद्ध प्रतिभा जवळजवळ नेहमीच मुक्त प्रतिभेला त्रस्त करते. त्यामुळेच अनेक वेळा कलेचे रूपांतर कारागिरीत; आणि वाङ्मयाचे रूपांतर प्रचारात होते. पत्रकारिता हा मूलतः प्रचार नाही. कारण ती वस्तुनिष्ठ बातमी देण्याचा नेहमी प्रयत्न करते. परंतु समाजाच्या व्यावहारिक हेतूंशी तिचा मुख्यतः संबंध असतो. साहित्य आणि पत्रकारिता यांतील मूलभूत भेद हाच आहे. शुद्ध साहित्य ही मुक्त प्रतिभेची प्रतिमात्म निर्मिती असते आणि लोकांच्या समस्यांमध्ये गुंतलेल्या बद्ध प्रतिभेच्या सेवेत वृत्तपत्रीय लिखाण असते.

साहित्य आणि पत्रकारिता यांच्यांतील भेद स्पष्ट करण्याचा आणखी एक मार्ग आहे. वाङ्मयीन अनुभवाची काही वैशिष्ट्ये दाखवून देण्याचा आणि सामान्य व्यावहारिक अनुभवांपासून त्यांना वेगळे काढण्याचा आपण प्रयत्न करू शकतो.

पहिली गोष्ट म्हणजे मृत्यू, हिंसा, खून, इत्यादी आपल्या जीवनेच्छेला हादरा देणारे अनुभव आयुष्यात टाळण्याचा किंवा डावलण्याचा आपण प्रयत्न करतो. आयुष्यात त्यांच्यापासून पळ काढण्याचा आपण प्रयत्न करतो. पण त्यांना रंगमंचावर पाहण्यासाठी नाट्यगृहाकडे धावतो. शेक्स्पिअरच्या 'हॅम्लेट' मध्ये आपल्या अगदी नजरेसमोर अर्धा डझन खून किंवा मृत्यू घडतात, पण त्यांना आपण टाळत नाही; उलट त्यांना रंगमंचावर अभिनीत केलेले पाहण्यासाठी आपण उत्सुक असतो. ते केवळ आभास असतात हा युक्तिवाद फारसा पटणारा नाही. संपूर्ण 'हॅम्लेट' हाच एक आभास आहे. ते काल्पनिक आहे असे म्हणणे म्हणजे वाङ्मयीन अनुभव सामान्य अनुभवाहून भिन्न असतो, हे माझे प्रतिपादन सिद्ध करणेच होय. नाटक ही कल्पनेची निर्मिती असेल, पण त्याचा अनुभव काही काल्पनिक नसतो. भासाचा अनुभव अनुभवाभास नसतो. यापेक्षा जास्त पटणारे उदाहरण द्यायचे झाले, तर घाणीच्या गटाराच्या काठावर जर्जर अवस्थेत बसलेल्या एखाद्या भिकाऱ्याच्या सहवासात जास्त वेळ घालवणे आपल्याला आवडणार नाही. परंतु त्या गलिच्छ देखाव्याच्या उत्कृष्ट रंगचित्रापुढे आपण आनंदाने तासभर घालवू. जे चित्राच्या

बाबतीत खरे आहे, ते एखाद्या साहित्यिक चित्रणाबाबतही तितकेच खरे आहे.

साहित्याबद्दलची आणखी एक लक्षणीय गोष्ट म्हणजे कवी आपल्या विविध कृतींतून उपदेश, अगदी परस्परविरोधी गोष्टींचाही, करू शकतो. आणि त्यामुळे त्याचे काहीही बिघडत नाही. त्याच्या कृतींना किंवा त्याच्या कीर्तीला त्यामुळे काहीही अपाय होत नाही. पण एखादा राजकारणी किंवा सामान्य नागरिक आज एक आणि उद्या त्याविरुद्ध उपदेश करू लागला, तर त्याला त्याबद्दल क्षमा केली जाणार नाही. त्याच्या विश्वासार्हतेला मोठाच तडा जाईल. एखादा राजकारणी, नीति उपदेशक किंवा सभ्य गृहस्थ यांच्याकडून आपण ज्या प्रकारच्या सातत्याची अपेक्षा करतो, त्या प्रकारच्या अपेक्षा एखाद्या कलावंताकडून आपण निश्चितच करत नाही. शेक्स्पिअरने आपल्या नाटकांतून जीवनाची विविध तत्त्वज्ञाने सूचित केली आहेत; परंतु त्याबद्दल त्याच्यावर कोणी दोषारोप ठेवलेला नाही. पण तो जर उपदेशक किंवा राजकारणी असता, तर त्या बेशिस्त काळातही त्याला बऱ्याच टीकेला तोंड द्यावे लागले असते.

साहित्य हे पत्रकारितेपेक्षा आणखी एका पैलूच्या बाबतीत वेगळे ठरते. अगदी पुरातन काळापासून आधुनिक काळापर्यंतच्या वाङ्मयाचा वरवरचा आढावा घेतला, तरी असे दिसेल, की त्याच त्याच विषयाकडे पुनःपुन्हा वळण्याची साहित्याची प्रवृत्ती असते. प्रीती, निसर्ग, मानवाची नियती, जीवनाचे गूढ, मानवी दया, मैत्री, विश्वासघात, साहस हे विषय साहित्यात वारंवार येतात, असे आढळते. प्रेम, मत्सर, महत्त्वाकांक्षा, मनःशांती, यांसारख्या भावनाही वारंवार येतात. थोडा विचार केला तर असे लक्षात येईल की निसर्ग, इतर लोक आणि आपण स्वतः यांच्याशी असलेल्या आपल्या संबंधांवर याच विषयांसंबंधीच्या आपल्या चिंता खोल परिणाम करत असतात. त्यामुळेच साहित्याला विश्वात्मकता प्राप्त होते; वृत्तपत्रातील बातमीला ती क्वचितच लाभते. त्याचवेळी साहित्यकृती एकमेवाद्वितीय असते. एखाद्या एकमेवाद्वितीय अनुभवाचे एकमेवाद्वितीय पद्धतीने करण्यात आलेले ते प्रक्षेपण असते. लेखक आपल्या एकमेवाद्वितीय अनुभवावर आपल्या व्यक्तिविशिष्ट प्रतिभेचा संस्कार करतो, आणि एक एकमेवाद्वितीय कृती निर्माण करतो. ती कृती एका वैशिष्ट्यपूर्ण व्यक्तिमत्त्वाची अभिव्यक्ती असते आणि म्हणूनच प्रत्येक कलात्मक निर्मिती तिच्या कलाकाराशी अटळ वैशिष्ट्यपूर्णतेने निगडित असते. जर्मन कलाकार लुडविक रिक्टरने आपल्या आत्मचरित्रात सांगितलेली एक गोष्ट याचे उत्तम उदाहरण आहे. रिक्टर आणि त्याचे तीन मित्र एकाच जागेचे चित्र एकाच शैलीने काढण्याचा निश्चय करून बाहेर पडले. आणि अखेरीस चार वेगवेगळी चित्रे घेऊन परतले. चार वार्ताहरांनी एखादी वेगळी बातमी लिहिण्याचा कितीही निश्चय केला, तरी त्यांच्याबाबतीत

हे घडू शकणार नाही. वृत्तपत्रीय 'खास बातमी' म्हणजे इतर सर्व वृत्तपत्रांत छापलेली पण वेगळ्या शैलीत लिहिलेली बातमी नव्हे. ती एक इतरांना न मिळालेली 'खास' बातमी असते. वृत्तपत्रीय बातमी ही एकमेवाद्वितीय नसते. सर्वांना मुक्त प्रवेश असलेल्या घटनेचे ते वृत्तांकन असते. कदाचित वेगळ्या शैलीत लिहिलेले, एवढेच. आपल्या बातमीत वृत्तपत्रे गुंतवणूक करू शकतात ती फक्त शैलीची; कल्पित तथ्ये तयार करणे त्यांना शक्य नसते.

वृत्तपत्रातील बातमीने जागृत केलेल्या भावनांबद्दलही हेच म्हणता येईल. एखाद्या कलाकृतीने निर्माण केलेल्या भावनांच्या प्रकारातल्या त्या नसतात. खरे तर कलाकृतीमुळे कोणतीही भावना बिलकुल जागी होत नाही. जाणिवेच्या मुळाशी असलेल्या जीवनस्रोत रूप ऊर्जेला ती उत्तेजित करते. उत्तेजित झालेली ही ऊर्जा एखाद्या कृतीमध्ये वापरली जात नसल्यामुळे (व्यावहारिक अनुभवांच्या बाबतीत ती कृतीसाठी वापरली जाते.) ती आतल्या आत प्रतिध्वनित होते आणि एक विशेष स्पर्श निर्माण करते. त्या विशेष स्पर्शाला 'भाव' हा संस्कृत भाषेतील शब्दच अगदी योग्य. रस म्हणजे भावना ('इमोशन') नव्हे, तर भाव. मनाला काही तरी स्पर्शते, तेव्हाची मनोवस्था म्हणजे भाव ('फील')– मग ते भावना, विचार, कल्पना किंवा प्रतिमा यांपैकी काहीही असेल. भावनापूर्ण प्रसंगांच्या वर्णनामुळे सौंदर्यभाव जरा लवकरच जागृत होतात. (कारण भावनेमुळे शरीराची ऊर्जा– पातळीही वाढते.) त्यामुळे भावनापूर्ण प्रसंगांबाबत विशेषज्ञता मिळविणे कलावंतांना आवडते. परंतु सर्वसाधारणपणे समजले जाते, त्याप्रमाणे कलावंताच्या दृष्टीने भावनापूर्ण प्रसंग आवश्यक असतात असे मात्र नाही. कलेसाठी खरोखर आवश्यक असलेली गोष्ट म्हणजे तिने प्रतिमाश्रयी आकृतिबंध सादर केला पाहिजे. वृत्तपत्रीय बातम्या प्रतिमाश्रयी आकृतिबंधात असण्याची काही आवश्यकता नसते. किंबहुना त्यांच्या शुद्ध स्वरूपात त्यांना अशी अट पाळणे अशक्यच असते. कारण बातमीचा व्यवहाराशी काही संबंध असतो. त्यामुळे भावना जागृत होऊ शकतील; पण कलात्म प्रकारचे 'भाव' नाही. पत्रकार किंवा वाचक यांपैकी कोणालाच या तऱ्हेच्या 'भावां'चे लाड करण्यात रस नसतो.

कलावस्तूसंबंधीच्या दृष्टिकोणातूनही या प्रश्नाकडे आपल्याला पाहता येते.

मी आधीच म्हटले आहे, की कलानुभव हा प्रतिमाश्रयी अनुभव असतो. कलाकृती म्हणजे एखाद्या एकात्म प्रतिमेच्या मुशीत घातलेली प्रतिमांची मालिका. अमूर्त संकल्पना किंवा अर्थ व्यक्त करणारे शब्द हेच माध्यम असलेल्या साहित्यातसुद्धा लेखक अर्थामधून प्रतिमा निर्माण करतो. हे शक्य होते कारण वापरलेल्या बहुसंख्य संकल्पना अनुभवाधिष्ठित असतात. आणि मूर्त अनुभव विशेषत: त्यांच्या आठवणी जागृत करतात. निर्मिलेले दृश्य किंवा दृश्ये यांचा प्रतिमाश्रयी परिणाम तीव्र

करण्यापुरताच शुद्ध संकल्पनांचा वापर मर्यादित असतो. प्रतिमांमध्ये कल्पना, भावना आणि इच्छा यांचे भरण करून त्यांच्याद्वारे प्रतिमांची गुणवत्ता संपन्न करून हे साधले जाते. याचे साधन म्हणून संकल्पनांचा उपयोग होतो. मी पूर्वी म्हटल्याप्रमागे प्रतिभा भूतकालीन अनुभवाला पूर्णपणे पुनरुज्जीवित करून प्रतिमेचा परिणाम तीव्र करण्यासाठी त्याचे काही भाग वापरते.

वृत्तपत्रांतील वृत्तान्त आणि भाष्यांची तुलना त्यांच्याबरोबर केली, तर ते लक्षणीयदृष्ट्या भिन्न आहेत, असे आढळते. उदाहरणार्थ, बातमीतून येणाऱ्या सर्व तऱ्हेच्या अनुभवांचे वृत्तपत्राला स्वागत करावे लागते, हे खरे; पण ते काही त्या अनुभवांची निव्वळ चव घेण्यासाठी नव्हे. अनुभवाच्या अंगभूत गुणधर्मावर भर देण्याचा नव्हे, तर समाजाच्या किंवा एखाद्या सामाजिक घटकाच्या व्यावहारिक जीवनासाठी त्याच्या अर्थाचा उपयोग करण्याचा यात प्रयत्न असतो. शिवाय वृत्तपत्राला एक एकात्म व्यक्तिमत्त्व असावे, असे मानले जाते. घटनांचे जिवंत तपशील सादर करण्याची कला त्याच्याकडे आहे, एवढ्याच आधारावर परस्परविरोधी मते मांडण्याची मुभा त्याला दिली जात नाही. तो विशेषाधिकार फक्त कलावंताला असतो. तिसरी बाब अशी, की वृत्तपत्राचा कल काहीही असला, तरी अमूर्त आणि प्रतिमानिर्मितीकडे न झुकणाऱ्या बातम्या वगळण्याबद्दल त्याला क्षमा केली जात नाही.

एखादी साहित्यकृती आणि वृत्तपत्रीय बातमी यांमध्ये आणखी एक फर महत्त्वाचा फरक असतो. साहित्यकृती ही स्वयंपूर्ण असे एक मोनॅड असते, गवाक्षविरहित एकसंध असा पूर्णाकार असते. तिच्यातून काही बाहेर जाऊ शकत नाही आणि बाहेरून तिच्यात काही प्रवेश करू शकत नाही. एखादी साहित्यकृती या अर्थाने कमीजास्त असेल, तर तो एक दोष मानला जातो. साहित्यकृती स्वयंपूर्ण पूर्णाकार असलीच पाहिजे. बऱ्याच साहित्यकृती पूर्णतः निर्दोष मोनॅड नसतात. पण त्याचे कारण असे, की पूर्णतः निर्दोष अशी कलाकृती सहसा आढळत नाही. पण निदान तो एक आदर्श असतो. वृत्तपत्रीय बातमीला हा आदर्श मनात बाळगता येत नाही. तिने प्रयत्न केला, तरी बहुतेक बाबतींत तिला परिपूर्ण चित्र सादर करता येत नाही. वृत्तपत्रांची नियतकालिकता कठोर असते. एखादी बातमी पूर्ण होण्याची किंवा तिचे सर्व तपशील उपलब्ध होण्याची वाट बघणे वृत्तपत्राला अशक्य असते. बहुतेक वेळी वृत्तपत्राचा संबंध घडत असलेल्या चालू घटनांशी असतो. आणि त्यांचा वेग वृत्तपत्राच्या प्रकाशनाच्या वेगाशी जुळतोच, असे नाही. काही वेळ आवश्यक ते सर्व तपशील उपलब्धच नसतात. आणि कल्पनाशक्तीचा मुक्त वापर करून ते भरण्याची परवानगी वृत्तपत्रांना नसते. दुसरे असे, की कलाकृतीमध्ये किंवा कलात्मक साहित्यकृतीमध्ये

एक विशिष्ट रचनाबंध किंवा घाट असतो. तिचा एक गाभा असतो. आणि त्या गाभ्याशी समर्पकपणे संबंधित असलेले तपशीलच तिच्यात येऊ शकतात. या तपशीलांचा परस्परांशी संबंध असतो. कारण मूलतः ते गाभ्याशी संबंधित असतात. वृत्तपत्रीय बातमीला असा आकृतिबंध स्वीकारता येत नाही. याचे सोपे कारण असे, की त्या बातमीला आवश्यक असे सर्व तपशील उपलब्ध असतताच, असे नाही. किंवा फारसे महत्त्वाचे नसलेले पण काही बाह्य कारणांमुळे वाचकांना रुचिपूर्ण वाटणारे तपशील तिला वगळता येत नाहीत.

पण मूळ मुद्द्यांकडे वळायचे झाले, तर असे म्हणता येईल, की वाङ्मय आणि पत्रकारिता यांतील सर्वांत महत्त्वाचा फरक असा, की साहित्यकृती ही लेखकाने वैयक्तिकरीत्या जोपासलेल्या अनुभवाची परिणती असते. एका समीक्षकाने चपखलपणे म्हटल्याप्रमाणे कवीची 'कविता फक्त स्वत:साठीच असते. ती इतरांच्यापर्यंत पोचते, ती यदृच्छेने.'

वृत्तपत्रांच्या बातमीदाराला या विशेषाधिकाराची चैन शक्य नसते. तो कोणतीही बातमी प्रसिद्ध करतो, कारण वाचकांना ती हवी असते किंवा या ना त्या रीतीने वाचकांशी ती निदान संबंधित असते. साहित्य आणि पत्रकारिता यांमधील सर्वांत निर्णायक फरक आहे, तो हाच. हा मनोवृत्तीतला फरक आहे. अनुभव हा अनुभव म्हणून जोपासण्याची, त्याच्या चवीचा आनंद घेण्याची, त्याच्या अंगभूत गुणांचा आस्वाद घेण्याची लेखकांची मनोवृत्ती असते. याउलट सार्वजनिक कार्याची सेवा करण्याची मनोवृत्ती पत्रकारांची असते.

एडवर्ड बुलो या मानसशास्त्रज्ञाने समुद्रावरील धुक्याचे उदाहरण देऊन हा फरक अतिशय सुरेखपणे स्पष्ट केला आहे. एखादे जहाज एकाएकी धुक्यात सापडले, तर सर्वसाधारणपणे जहाजाला अपघात होईल का, निदान मुक्कामाला पोचायला उशीर होईल का, अशी काळजी वाटेल; परंतु एखादा कलावंत मनोवृत्तीचा माणूस धुक्याकडे धुके म्हणूनच पाहणे पसंत करील. त्याने अशी निवड केली, तर धुक्याच्या मृदु लाटांसारख्या हालचाली, सायीसारखा सुंदर रंग, प्रत्येक गोष्टीला वेढून टाकून तिचे रूप बदलून टाकण्याची त्याची करणी (पद्धत) यामुळे तो मंत्रमुग्ध होईल. बुलोने शेक्स्पिअरच्या ऑथेल्लोचे यापेक्षाही अधिक परिणामकारक उदाहरण दिले आहे. आपल्या पत्नीचा संशय आलेल्या माणसाखेरीज दुसरा कोण ऑथेल्लोच्या मनाचा अधिक चांगला आस्वाद घेऊ शकेल? खरे तर व्याख्येनेच तो त्या नाटकाचा आदर्श प्रेक्षक असायला हवा; पण प्रत्यक्षात संपूर्ण प्रयोग संपेपर्यंत तो थांबू शकला, तरी त्याचा आनंद त्याला घेता येणे कठीणच. बुलो ज्याला 'मानसिक अंतर'

म्हणतो, ते कलावंताच्या मनोवृत्तीच्या मुळाशी असते. त्याचा त्या प्रेक्षकात अभाव असणार. अशा मानसिक अंतराचा अवलंब केल्यास वृत्तपत्राच्या प्रतिनिधीला आपला वृत्तान्त वाचकांनच्या दृष्टीने पुरेसा बोलका करता येत नाही. वृत्तपत्राचा बातमीदार सर्व वाचकांना माहिती देण्यासाठी, सुसंस्कृत करण्यासाठी लिहितो; खासगी आनंदाचे लाड पुरविण्यासाठी नाही.

परंतु 'वृत्तकथा' (रिपोर्ताज्) हे नाव असलेल्या लिखाणात साहित्यिक स्वरूपाच्या लेखनाचा प्रारंभ करण्याची आकांक्षा तो बाळगू शकतो. अलीकडे अनेक लेखकांनी लेखनाचा हा नवा प्रकार निर्माण करण्याचा प्रयत्न केला आहे. निखळ तथ्ये गोळा करणे आणि त्यांची एखाद्या मोनॅडसारखी रचना करून बांधणी करणे असे हे तंत्र आहे. अर्थात असा आकृतिबंध घडवताना लेखकाला काटछाट आणि निवड करावी लागते. पण हे करताना घडलेल्या घटनांशी प्रामाणिक राहण्याचा तो जास्तीत जास्त प्रयत्न करतो. काही भाग तो वगळू शकतो. परंतु आपल्या कल्पनाभांडारातून त्यात भर घालू शकत नाही. टरूमन कपोतीची 'इन कोल्ड ब्लड' ही सत्यघटनेवर आधारलेली कादंबरी हे त्याचे उत्तम उदाहरण आहे. दोन तरुण गुन्हेगारांनी एका संपूर्ण शेतकरी कुटुंबाच्या केलेल्या हत्येची ही कथा आहे. कपोतीने तुरूंगातील गुन्हेगार, तपास करणारे अधिकारी, त्या कुटुंबाचे शेजारी आणि इतर अनेक यांच्या परिश्रमपूर्वक मुलाखती घेऊन शक्य तितके सत्य तपशील जमा केले, आणि त्यांना एका मोनॅडमध्ये गोवले. आजकाल अशा तऱ्हेचे लिखाण बऱ्याचदा, विशेषत: साप्ताहिकांत आणि मासिकांत आढळते. त्यात घटनेवरील टीका- टिप्पणी नसते, तर जे घडले त्याचे कादंबरी किंवा कथेच्या रूपातले कथन असते. मात्र लेखकाच्या प्रतिभेचे कार्यक्षेत्र तथ्यांची निवड आणि रचना यांच्यापुरतेच मर्यादीत राहील आणि ज्या घटना कधी घडल्याच नाहीत किंवा ज्या व्यक्तींचा त्यात सहभागच नव्हता, अशा घटना किंवा व्यक्तींची निर्मिती केली जाणार नाही, याची काळजी घेतली जाते.

अर्थात तथाकथित सर्जनशील लेखनही लेखकाच्या प्रत्यक्ष अनुभवांतील काहींवर आधारलेले असते, हे लक्षात ठेवले पाहिजे. पण सर्जनशील लेखनात प्रतिभा या अनुभवांचा ताबा घेते, आपल्याला हवे त्याप्रमाणे त्यांचे विसर्जन करते आगि त्यातून पूर्णत: काल्पनिक प्रसंग, व्यक्ती व घटना यांची निर्मिती करते. आपल्या आयुष्यातील वास्तव, सर्वसाधारण जीवनातील वास्तव आणि त्यांचा एकूण रोख यांवर आपल्या

निर्मितीशील प्रतिभेचा संस्कार साहित्यिक करतो. एखादी खरी गोष्ट सांगणे, वास्तवाचा वृत्तान्त कथन करणे हा त्याचा उद्देश नसतो, तर अनुभवाच्या अंगभूत गुणधर्मावर एकात्म रूपात भर देणाऱ्या कशाची तरी निर्मिती करणे हा असतो. वृत्तान्त–कथेत

त्या घटनेच्या तथ्यांचा भंग करायचा नाही, अशी लेखकाची प्रतिज्ञा असते. वास्तवपूर्ण सामग्रीतून साहित्यिक आकृतिबंध घडविणे एवढीच त्याची चिंता असते. साहित्याचे उद्दिष्ट प्रतिमाश्रयी जगाची निर्मिती हे असते, तर वृत्तान्त–कथेचे उद्दिष्ट खऱ्या जगाबद्दल आकर्षक पद्धतीने माहिती देणे हे असते. वृत्तान्त–कथेसाठी लागणारा वेळ आणि जागा यांपैकी काहीच पत्रकाराकडे नसण्याची शक्यता असते. सगळे तपशीलही त्याला उपलब्ध असतीलच असे नाही. तपशील गोळा करायला प्रचंड वेळ लागतो. 'इन कोल्ड ब्लड' साठी तथ्ये गोळा करायला कपोतीला जवळजवळ दोन वर्षे लागली असे सांगतात. तरीही पत्रकाराचे एक व्यक्तिमत्व असते आणि ते त्याच्या वृत्तलेखनावर परिणाम करते. त्याच्या शैलीनुसार त्याचे लेखन फिके असेल किंवा भडक, खिन्न असेल किंवा चैतन्यपूर्ण. वाचकाला कोरडी, रुक्ष वृत्तान्त– शैली आवडत नाही. परंतु काही वास्तव घटना अतिशय महत्त्वाच्या असतात आणि आकर्षक रीतीने त्या सादर करणे अतिशय अवघड असते. त्यामुळे कुठल्याही शैलीत त्या पुढे आल्या, तरी वाचक त्या वाचतोच. परंतु संपादकीय लेखनाबद्दल त्याचा दृष्टिकोण भिन्न असतो. संपादकीयांचा आवश्यक वाचनात सामान्यपणे सामावेश नसतो. संपादकीय अन्वयार्थाची पर्वा फार थोड्या वाचकांना असते. संपादकीय स्तंभ रुक्ष व जड असतील, तर वाचक ते आनंदाने वगळतील. संपादकाने ही महत्त्वाची वस्तुस्थिती लक्षात ठेवली पाहिजे. म्हणून संपादकीय मजकूर लिहिणारे आपले लेखक व स्तंभलेखक शैलीदार लेखन करणारे असतील याची तो काळजी घेतो.

विद्वत्ता आणि गांभीर्य यांची भरपाई आकर्षक आणि डौलदार शैली करू शकत नाही, हे विसरून चालणार नाही. शैली, ज्ञान आणि शक्य तर सूज्ञपणा असलेला भाष्यकारच यशस्वी होतो.

या सर्वांच्याही वर त्याच्याकडे निष्ठा हवी. त्याचे पत्रकारितेचे उद्योग तत्त्वनिष्ठ असायला हवेत. कारण वृत्तपत्राचा अस्तित्व–हेतू करमणूक करणे हा नव्हे, तर माहिती आणि शिक्षण देणे हा असतो. समाजाचे संतुलन साधणारी ती यंत्रणा असते. सामान्य ज्ञान असलेले जबाबदार लोकमत त्याला तयार करायचे असते. अशा लोकमताच्या अस्तित्वात केवळ समाजाचेच हित नव्हे, तर त्याचे स्वत:चे सार्थक आणि सचोटी या गोष्टी गुंतलेल्या असतात.

◆

परिशिष्ट १

पत्रकारितेच्या आचारसंहिता

'पत्रकारितेचे नीतिशास्त्र' या प्रकरणात प्रभाकर पाध्ये यांनी पृ. ८२ वर १७ संपादकांनी तयार केलेल्या व राज्यसभेला दि. ८ जानेवारी १९७६ ला सादर करण्यात आलेल्या आचारसंहितेची चर्चा केली आहे. ती आचारसंहिता येथे देत आहोत. त्यानंतर इतरही काही आचारसंहिता अभ्यासकांच्या सोयीसाठी समाविष्ट केल्या आहेत.

– अनुवादक

CODE OF ETHICS FOR JOURNALISTS AND NEWPAPERS DRAFTED BY A COMMITTFE OF 17 EDITORS AND PRESENTED TO THE RAJYA SABHA ON JANUARY 8, 1976.

In pursuance of the social responsibility, the following code of ethics would be applicable :

1) In the discharge of their duties, journalists shall attach full value to fundamental human and social rights, shall hold good faith and fairplay in news reports and comments as essential professional obligations.

2) Journalists and newspapers shall highlight activities of theState and public, promote national unity, solidarity, integrity and economic and social progress.

3) Journalists and newpapers shall avoid reports and comments which tend to promote tensions likely to lead or leading to

civil disorder, mutiny or rebellion. Violence must becondemned unequivocally.

4) Journalists and newspapers shall ensure that information disseminated is factual. No fact shall be distorted nor information known to be false or not believed to be true shall be published.

5) No sensational or tendentious report of a speculative nature shall be published. Any report of comments found to be inaccurate shall be rectified by prominent publication.

6) Confidence shall always be respected. Professional secrecy shall be preserved.

7) Journalists shall not exploit their status for non-journalistic purposes or inquiries and shall not allow personal interest to influence professional conduct.

8) There is nothing so unworthy as the acceptance or demand of a bribe or inducement for the exercise by a journalist of his power to give or deny publicity to news or comments.

9) Journalists and newspapers shall not indulge in personal controversies in which no public interest is involved.

10) Journalists and newspapers shall not give currency to public rumours or gossip or even verifiable news affecting the private life of individuals.

11) Newspapers shall refrain form publishing matter (including advertisements) which is obscene or is likely to encourage vice, crime and unlawful activities.

12) Journalists and newspapers shall promote and project the national objectives of democracy, socialism and secularism.

13) Journalists and newsparers shall refrain from giving tendentious treatment to news of disturbances, involuring caste,community, class, religion, region or language groupings and shall not publish details of numbers and identity of groups involved in such disturbaces except as officially authorised.

14) Journalists and newspapers shall not publish information

and comments detrimental to the interest of the sovereinty, unity and integrity of India, the security of the state and friendly relations with foreign countries.

(Newspapers include journals, magazines and periodicals.)

◆

26 th June 1975

GUIDELINES FOR THE PRESS IN THE PRESENT EMERGENCY

Declaration of national emergency to meet the threat to the Security and stability of India by internal disurbances will point to the need for extreme caution and circumspection in the handling and purverying of news comments. The press requires to be adviced to guard against publication of unauthorised, irresponsible or demoralising news items, conjectures and rumours and yet the press should be enabled to fulfil its obligation to the public. One of the most powerful aids to the Government and the people in an emergency is the press. In the manner in which information is printed, published and disseminated, there can be an accretion of enormous strength to those who are posing a threat to internal security.

In an emergeny declared to meet an internal threat, the concern of the Government is mainly with the misguided and subversive clements within the country which by their acts may try to prejudice the peace and stability of the nation. In a democraic country in which citizens are fully conscious of their duties and resposibilities to the nation, the aim of the Government is not so much to rely in every case on the wide and extraordinary powers conferred on it, but as far as may be to enlist the voluntary co-operation of all sections of the population in maintaining an atmosphere conducive to the fulfilment of the primary task of ridding the nation of the causes of emergency.

General Guidance

1. Where news is plainly dangerous, newspapers will assistthe Chief press adviser by suppressing it themselves.

Where doubts exist, a reference may and should be made to the nearest press adviser.

2. Where matter has been submitted for examination before publication, the advice of the press adviser should be followed.

3. When guidance is being given advising againstthe publication of news or comments relating to a particular matter, no mention of or reference to that matter should be made without obtaining fresh clearance.Moderation should always be observed and all sensationalismavoided. This should be observed particularly in illustration of posters and headlines.

4. No publicity to be given to rumours.

5. When any doucument or photograph is officially issued, care must be taken to retain the sense of the accompanying caption or description.

6. No reproduction of objectionable matter already published in any Indian or foreign newspaper.

7. No unauthorised news or advertisement or illustration to be published in regard to vital means of communication.

8. Nothing to be published about arrangements relating to the protection of transport or communications, supply and distribution of essential commodities etc.

9. Nothing to be published which is likely to cause disaffection among the members of the armed forces or public servants.

10. Nothing to be published which is likely to bring into hatred or contempt or to excite disaffection towards the Government established by law in India.

11. Nothing to be published which is likely to promote feeling of enmity and hatred between different classes of persons in India.

12. Nothing to be published which is likely to cause or produce or to instigate or incite, directly or indirectly, the cessation or slowing down of work in any place.

13. Nothing to be published which is likely to undermine the Public confidence in the national credit or in any Government loan.

14. Nothing to be published to encourage or incite any person or class of persons to refuse or defer payment of taxes.

15. Nothing to be publishefd which is likely to instigate the use of criminal force against public servants.

16. A prejudicial report means any report, statement or visible report, whether true or false, which, or the publication of which is or is an incitement to the commission of and of the prejudicial acts mentioned above.

General Guidelines for the Press

Press is advised to keep the following main points in view while filing messages, news, stories and comments, etc.

1. Any attempt to subvert the functioning of democratic institution;
2. Any attempt to compel members to resign;
3. Anything relating to agitation and violent incident;
4. Any attempt to incite armed forces and police;
5. Any attempt promoting disintegration and communal passions endangering the unity of the country;
6. Reports containing false allegations against leaders;
7. Any attempt at denigrating the institution of the Prime Minister;
8. Any attempt endangering law and order to disturb normal functioning;
9. Any attempt to threaten internal stability, prduction and prospects of economic improvement.

ALL INDIA NEWSPAPER EDITORS' CONFERENCE

Code of Ethics for the Press in Reporting and Commenting on Communal Incidents (1968)

1. A free Press can flourish only in a free society. Communalism is a threat to the fabric of our free society and to the nation's solidarity.

2. The Press has a vital role to play in the consumation of the fundamental objectives enshrined in our Constitution, namely, democracy, secularism, national unity and integrity and the rule of law. It is the duty of the Press to help, promote unity and cohesion in the hearts and minds of the people, and refrain from publishing material tending to excite communal passions or inflame communal hatred.

3. To this end the Press should adhere to the following guidelines in reporting on communal incidents in the country.

(a) All editorial comments and other expressions of opinion whether through articles, letters to the Editor, or in any other form should be restrained and free from scurrilous attacks against leaders or communities, and there should be no incitement to violence.

(b) Generalised allegation casting doubts and aspersions on the patriotism and loyalty of any community should be eschewed.

(c) Likewise, generalised charges and allegations against any community of unfair discrimination, amounting to inciting communal hatred and distrust, must also be eschewed.

(d) Whereas truth should not be suppressed, a deliberate slanting of news of communal incidents should be avoided.

(e) News of incidents involving loss of life, lawlessness, arson'etc. should be described, reported and headlined with restraint in strictly objective terms and should not be heavily displayed.

(f) Items of news calculated to make for peace and harmony and help in the restoration and maintenance of law and order should be given prominance and precedence over other news.

(g) The greatest caution should be exercised in the selcetion and publication of pictures, cartoons, poems, etc, so as to avoid arousing communal passions of hatred.

(h) Names of communities should not be mentioned nor the terms 'majority' and 'minority' communities be ordinarily used in the course of reports.

(i) The source from which casualty figures are obtained should always be indicated.

(j) No facts or figures should be published without fullest possible verification. However, if the publicatin of the facts or figures is likely to have the effect of arousing communal passions, those facts and figures may not be given."

PRESS COUNCIL OF INDIA

Guidelines on Communal Writings

(November 1968)

Recognising that the Press which enjoys the utmost freedom of expression has a great and vital role to play in educating and moulding public opinion on correct lines in regard to the need for friendly and harmonious relations between the various communities and religious groups forming the fabric of Indian political life and in mirroring the conscience of the best minds of the country to achieve national solidarity, the Press Council of India considers that this object would be defeated, communal peace and harmony disturbed and national unity disrupted if the Press does not strictly adhere to proper norms and standards in reporting or commenting on matters which bear on cmmunal relations. Without attempting to be exhautive, the Council considers the following as offending against journalistic proprieties and ethics.

1. Distortion or exaggeration of facts or incidents in relation to communal matters or giving currency to unverified rumours, suspicions or inferences as if they were facts and base their mments on them.
2. Employment of intemperate or unrestrained language in the

presentation of news or views, even as a piece of literary flourish or for the purpose of rhetoric or emphasis.

3. Encouraging or condoning violence even in the face of provocation as a means of obtaining redress of grievances whether the same be genuine or not.

4. While it is the legitmate function of the Press to draw attention to the genuine and legitimate grievances of any community with a view to having the same redressed by all peaceful, legal and legitimate means, it is improper and a breach of journalistic ethics to invent grievances, or to exaggerate real grievances, as these tend to promote communal ill-feeling and accentuate discord.

5. Scurrilous and untrue attacks on communities or individuals, particularly when this is accompanied by charges attributing misconduct to them as due to their being members of a particular community or caste.

6. Falsely giving a communal colour to incidents which might occur in which members of different communities happen to be involved.

7. Emphasisng matters that are apt to produce communal hatred or illwill or fostering feelings of distrust betwee communities.

8. Publishing alarming news which are in substance untrue or make provocative comments on such news or even otherwise calculated to embitter relations between different communities or regional or lingustic groups.

9. Exaggerating actual happenings to achieve sensationalism and publication of news adversely affect communal harmony with banner headlines or in distinctive types.

10. Making disrespectful, derogatory or insulting remarks on or reference to the different religions or faiths or their founders.

ALL INDIA NEWSPAPER EDITORS' CONFERENCE

EDITORS' CHARTER

(September 1953)

(a) The Editor shall enjoy complete freedom in respect of the implementation of the editorial policy and the staffing and onduct of the paper.

(b) The Board of Management of a newspaper shall prepare an annual budget of editorial expenses in consultation with the Editor, providing for normal expenditure, development programme, contingencies and discretionary grant.

(c) The Editor's decision shall be final in all matters concerning the editorial staff and the contents of the paper.

(d) The Editor shall have direct access to the Board or to the proprietor for the discussion of matters relating to his department.

(e) The Editor shall have the power to grant special increments in recognition of special merit of a worker.

(f) The code of obligations for the Editor is to carry out the policy of the paper, to maintain high standards, to resist all pressures, to generate a co-operative spirit amongst member of his editorial department and to subserve impartially the interests of the society.

(g) The Editor vis-a-vis the Government and the proprietor is to left free in the discharge of his responsibility, as far as editorial side of the newspaper is concerned.

(h) In the event of disagreement between the Board of Management and the Editor leading to the Editor's resignation or removal, the Editor shall be entitled to six months' pay. gratuity and pay in lieu of leave due to him atthe time.

NOTE : The term Editor will apply to the Editor-in chief where a newspaper employs more than one Editor.

◆